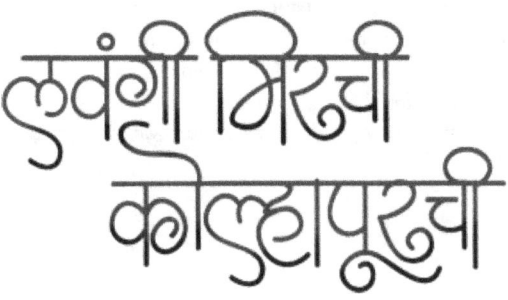

लवंगी मिरची कोल्हापूरची

शंकर पाटील

मेहता पब्लिशिंग हाऊस

LAVNGI MIRCHI KOLHAPURCHI by SHANKAR PATIL

लवंगी मिरची कोल्हापूरची : शंकर पाटील / नाटक

© सुरक्षित

मराठी पुस्तक प्रकाशनाचे हक्क मेहता पब्लिशिंग हाऊस, पुणे.

प्रकाशक : सुनील अनिल मेहता, मेहता पब्लिशिंग हाऊस,
१९४१ सदाशिव पेठ, माडीवाले कॉलनी, पुणे – ४११०३०.

अक्षरजुळणी : अंजीश प्रिंटर्स, १५०४/६-७, सी, फोर्ड कॉर्नर पेट्रोल पंपासमोर,
जनता कंझ्युमर्स रोड, लक्ष्मीपुरी, कोल्हापूर – ४१६००२.

मुखपृष्ठ : देविदास पेशवे

प्रकाशनकाल : पहिली आवृत्ती : १५ ऑगस्ट, १९८९
दुसरी आवृत्ती : मेहता पब्लिशिंग हाऊस, ऑगस्ट, २००८
फेब्रुवारी, २०१० / जुलै, २०१३ / एप्रिल, २०१६ /
डिसेंबर, २०१६ / पुनर्मुद्रण : जुलै, २०१७

P Book ISBN 9788177669862
E Book ISBN 9788184989717
E Books available on : play.google.com/store/books
www.amazon.in/b?node=15513892031

नाट्यधरित्री निर्मित

लवंगी मिरची कोल्हापूरची

लेखक - शंकर पाटील, गीते - जगदीश खेबुडकर, संगीत - राम कदम,
दिग्दर्शक - अनंत माने, नृत्यनिर्देशन - रंजन साळवी.

श्रीमती जयश्री गडकर यांच्या अध्यक्षतेखाली

**प्रथम प्रयोग २४ मे, १९६८, प्रताप टॉकीज, तुळजापूर,
जि. सोलापूर.**

पा त्र यो ज ना

साहेबराव	:	अरुण सरनाईक
हऱ्या	:	निळू फुले
सुन्द्रा	:	उषा चव्हाण
तारा	:	वर्षा
काका	:	बबन काळे
तिरशिंगराव	:	बर्ची बहाद्दर
दाजी	:	के. घोरपडे
आबुराव	:	प्रभाकर तावरे
बाबुराव	:	पी. आनंद
शाहीर	:	मल्लेश
आई आणि कस्तुरी	:	विजया चांदेकर
वत्सी	:	रजनी चव्हाण
स्कर्ट घातलेली मुलगी	:	माया जाधव
नर्तिका	:	रजनी चव्हाण, माया जाधव
नर्तक	:	रंजन साळवी

वाद्यवृंद : हार्मोनियम - प्रमोद कांबळे, क्लॅरिओनेट - व्ही. के. पवार,
ढोलकी - बबन काळे आणि विठ्ठल क्षीरसागर,
पार्श्वगायिका - लीला कुलकर्णी, पार्श्वगायक - मल्लेश.

गण

मंडप फुलला मेळा जमला - गणराय झाला सभापती
पहिले पाऊल पहिला मुजरा - पहिली वहिली कलाकृती
येती अप्सरा करिती नखरा - कवन सागरा ये भरती
सुदबुद हरली अन तानभुक सरली - नाचु लागली मदन रती
देवादिकांनो हे रसिकांनो - आशीर्वाद द्या तुमचा हो
तीन तास बसा अन जागोजाग हसा हो - खेळ बघुन घ्या आमुचा हो.

(गण झाल्यावर रंगभूमीवर कृष्णसखा व पेंद्या येतात. पाठोपाठ गौळणींच्या
पायातले चाळ वाजतात. ते ऐकून कृष्ण म्हणतो -)

कृष्ण	: पेंद्या, अरं ए पेंद्या. अरंच्या, लेका झोप लागलीया का जागेपणी सपान बघाय लागलायस? पेंद्या, अरं, कान जाग्यावर हैत का तुझं? चाळ ऐकायला येत्यात न्हवं?
पेंद्या	: व्हय, ऐकतोय!
कृष्ण	: ऐकतोय! मगरुरीनं बोलतोस! लेका, गौळणी या लागल्यात. त्यांची वाट आडवायची तयारी कर आधी. हे बघ, गौळणी आल्याच.
पेंद्या	: आज आपुन वाट आडिवणार न्हाई.
कृष्ण	: का? तुझ्या बाचं श्राद्ध हाय का आज?
पेंद्या	: आज आम्ही संपावर जाणार!

कृष्ण : संप?

पेंद्या : व्हय, व्हय संप करणार!

कृष्ण : आत्तायच्या! अरं, काय संचारलंय काय आज तुझ्यात? अक्षी मुंबईच्या टॅक्सी ड्रायव्हरागत ताटून बोलाया लागलाईस!

पेंद्या : संपावर हाय म्हणून सांगितलं न्हवं!

कृष्ण : भले! कोण जार्ज फर्नांडिस गुरू भेटला काय तुला?

पेंद्या : गुरूकडं जायचं कारान न्हाई... न्हाईतर एकदम घेरा डालो डिक्लेर करीन!

कृष्ण : अरं, पर तुमच्या मागण्या तरी काय हैत? एवढा जीवन मरणाचा कोंचा प्रश्न बाबा तुझ्यापुढं उभा ऱ्हायलाय?

पेंद्या : बोलू? राग न्हाई यायचा?... हे बघा, आम्ही जलमभर गौळणींची वाट आडवत आलो; पर त्याचा आम्हाला काय फायदा?

कृष्ण : फायदा?

पेंद्या : व्हय, आम्ही वाट आडवायची आणि लोणी तुम्ही खायाचं... ह्यो कुटला न्याय झाला? आम्ही काय जलमभर नुसतं ताकच ढवळत बसू म्हणता?

कृष्ण : ए बेट्या! कुणाफुडं बोलतोस?

पेंद्या : हां हां देवा, आसं आडवं लावून बोलाय लागला तर मतुर प्रश्न लवादात जाईल!

कृष्ण : ए लवादाच्या! लवादाबरोबर चर्चा करायला मला काय गिरणी मालक समजतोस?

पेंद्या : देवा, लोकशाहीत हे अरेरावीचं बोलणं सोभत न्हाई!

कृष्ण : तुझ्या लोकशाहीचं भ्या आम्हाला घालतोस!

पेंद्या : संपावर गेल्यावर समजल...

कृष्ण : ए संपाच्या... जो उठतोय त्यो संप पुकारतो, ह्येचा संप, त्येचा संप... पार चव घालिवली राव संपाची ह्या... उबग आला त्याचा... एकदा का जनता खवाळली म्हणजे काय व्हतं ते ठावं हाय न्हवं? तशी समोरची ही जनता खवाळली म्हणजे तोंडावर नाक ठेवायची न्हाई!

पेंद्या : पर आम्ही काय जनतेचं घोडं मारतो का मांजार?

कृष्ण : जनतेचं! लेका, आपल्या ह्या रामराज्यात द्विभार्या प्रतिबंधक कायद्यानं माणसं आधीच रंजीस झाल्यात...

पेंद्या : अहो, ते झालं; पर काहीतरी काळा बाजार चालू असलच की!

कृष्ण : अरं, तेच म्हणतो! तू वाट आडिवली न्हाईस, गौळणी थांबल्या न्हाईत, गाणं बजावणं झालं न्हाई तर त्यास्नी नयनसुख कसं मिळणार? संप करायचा तिथं करायचा... का न्हाई तिथं संप करतोस?

पेंद्या : बाकी देवा, खरंच तुम्हांला कृष्णदेव म्हनत्यात ते काही खोटं न्हाई... पर कुठनं आनली एवढी बुद्धी?

कृष्ण : अरं, आम्हीबी राजकारण खेळतो! खालपासनं पार वरपत्तूर पावल्याला गडी हाय ह्यो !

पेंद्या : तर! गवळीवाड्यापासून राजवाड्यापत्तूर!

कृष्ण : मग! अर्जुनाला गीता कुणी सांगितली? कौरवास्नी युद्धात कुणी हरिवलं?

पेंद्या : खरं हाय म्हाराज...

कृष्ण : मग, लेका, उगाच का आम्ही सोळा सहस्र नारी खेळवतोय?

पेंद्या : राईट! अहो, जगात कुणाला न जमणारी गोष्ट हाय ही! खरं म्हणजे राष्ट्रपतींनी तुम्हांला 'पद्मभूषण' पदवी बहाल करायला पायजे...

कृष्ण : बरं, आता वाडाचार नको... गौळणीपायी लोक वाट बघत्यात!

पेंद्या : आता अरेस्ट करतो घोळकाच्या घोळका... तुम्ही व्हा बाजूला, एकादं झुडूप बघून आसरा घ्या, सावज बघून शीळ घालतो. (कृष्णदेव विंगेत जातात... गौळणी रंगभूमीवर येतात. त्यांना अडवून...)

पेंद्या : हो हो, रुक ज्याव, हाल्ट!

१ ली गवळण : आता गं बया, ए मावश्ये!

मावशी : का रं बाबा, काय म्हंतोस?

पेंद्या : रुक ज्याव, हाल्ट!

१ ली गवळण : का रं बाबा, कोन रं तू?

पेंद्या : मी किसनदेवाचा पीये है पीये!

१ ली गवळण : ए मावश्ये, काय पीये म्हनतंय गं?

पेंद्या : अगं, पीये पीये...

मावशी : काय प्ये म्हणतंय? खुळ्यानं लायसन तरी काढलंय का?

पेंद्या : आयला! आडानीच दिसताय ! अगं, पीये म्हंजी परसनल असिडंट!

मावशी : अगं आय आय... बाबा, कवा झाला रे?

पेंद्या : आ!

मावशी : बाबा, कवा झाला रे?

पेंद्या : काय कवा झाला?

मावशी : तूच म्हंतो की वाद्या आशिडंट झाला? (पेंद्या कपाळावर हात मारून घेतो.)

पेंद्या : अगं, आक्सिडंट नाही परसनल आसिडंट - किसनदेवाचा खाजगी शेक्रेट्री. त्याला म्हनत्यात पी. ए. , कळलं?

मावशी : आसशील आसशील, पीये न्हाईतर खाये, तुला घेऊन काय चाटायचाय काय?

पेंद्या : मग फुडं जायाचं न्हाई. व्हा रिटन.

२ री गवळण : अरे मेल्या, मंग का रस्ता आडवाया लागलाय?

पेंद्या : रस्तं रोखल्यात - फुढं जायाची परवानगी नाय!

१ ली गवळण : मावश्ये; कशाला तंडतीस! काइतरी वशिला लावून मोकळं होऊ.

मावशी : असं म्हणतीस - बरं. (त्याच्यापुढं जावून) ये बाबा!

पेंद्या : (बोलत नाही.)

मावशी : ये माझ्या सोन्या - ए माझ्या राघू.

पेंद्या : काय म्हनतंय गिधाड? (मावशी रागावते.)

२ री गवळण : एक पाव दूध घे आन् सोड, जावू दे आम्हास्नी.

पेंद्या : (डाफरून) वशिला लावताय? काय लाजबीज वाटती का - काय शरम? जरा तोंडाकडं बघून तरी बोला.

२ री गवळण : दिसल तिथं चाटायला काय मिनिस्टरचा पी. ए. हाय काय?

पेंद्या : किसनदेवाचा पी. ए. हाय.

मावशी : याऽऽ बया. मग, अच्छेर पी रं माझ्या वाद्या तू!

पेंद्या : (विचार करून बऱ्याच वेळानं) अच्छेर! (पोटावर हात मारून) बरं, काढा. शेर शेर काढा.

२ री गवळण : आरं, वा रं वा. पावशेरावून शेरावर चढला की!

१ ली गवळण : अगं, मऊ लागल्यावर खणायचाच की- त्यो काय सोडतो? (गवळणी घागरी खाली ठेवतात. हात घालून पेंद्या दूध बघतो.)

पेंद्या : निच्चळ है का ? फळकुनी पानी दिसतंय?

मावशी : पे नीट. मस्त घट चिखलागत हाय.

पेंद्या : भेसळ न्हाई न्हवं! बघ, न्हाईतर माझा राग लई खराब हाय!

गवळणी : काय करशील रं तू?

पेंद्या : डिग्री लावून बघीन!

२ री गवळण : आता काय करावं त्येला - आरं, काळीज वडलं तुझं - काय डिग्री लावून बघतोस?

पेंद्या : दूध गं, पाणी न्हाई न्हवं?

१ ली गवळण : कुठलं पानी बाबा? साखऱ्यापरास गूळ म्हाग झालाय आनि दुधापरीस पानी म्हाग झालंय!

२ री गवळण : बाया सगळ्या नळाकडे त्वांड करून बसत्यात!

पेंद्या : मग बराबर हाय! बायांच्या खोडीच अशा असतात. पानी बंद असू दे न्हाईतर चालू असू दे; त्यांची भांडी कायम नळाखाली हैतच. नळ तरी काय झक मारणार? त्येला इसावा मिळतोय कुठं? एका एका नळाला धा धा बाया झोंबत्यात!

१ ली गवळण : बाईच्या जन्माला ये, मंग तुला नळाचं महत्त्व कळन. काय गं मावश्ये!

मावशी : ए, नको तंडू ! त्याची तरी काय चूक? सगळं जग वराडतंय!

१ ली गवळण : ये बया, मावश्ये काय म्हंतीस?

मावशी : सगळं जग वराडतंय, नळावर बायका आल्या की त्यांना कुठून एवढं बळ येतं कुणास ठाऊक! नुस्ती झोंबाझोंबी खेळत्यात. हं, घे रे दूध.

पेंद्या : गवळणींनो, तुम्हाला किसनदेवाला भेटायचं हाय; पण आता भेटता यायचं न्हाई. सोळा सहस्र नारींबरोबर क्रीडा करणारा कृष्ण ह्या कलियुगात भेटणार न्हाई. आता उलटं झालंय. पर हे बघा, लोक समोर बसलेत. आज लोकनाट्य करायचं हाय. गवळणीत टाइम घालवला तर उठून जातील. (कृष्ण येतो.)

कृष्ण : पेंद्या, काय गोंधळ चालू आहे?

पेंद्या : किसनदेवा, तुमच्या सोळा सहस्र पलटणीकरता रिक्रुटिंग करतोय!

मावशी : देवा, ह्यानी आमची वाट अडवली बगा.

१ ली गवळण : लई की आट्यापाट्या खेळत होता बाया मंडळीशी.

पेंद्या : ये, कवा गं ? जरा आपल्या मनाला इचारून बोला. खरं खरं सांगा. अवो देवा, मघाधरून नुसतं हुऽतूऽतूऽ घालाया निघाल्या बघा! सारखं हुऽतूऽतू हुऽतूऽतू (प्रत्येकीचा पदर धरायला जातो. गवळणी झिडकारतात.) कीक आनलईसं त्यच्या भनी. (पुन्हा त्यांच्याकडे जाऊन) हुऽतूऽतू.

कृष्ण : पेंद्या, चावटपणा करू नकोस!

पेंद्या : म्हंजी आमीच चावट! आवो, त्यांचा हू-तू-तू चाललाय आन् मी इथं गरिबासारखा उभा हाय. माझं डोकं फिरलं असतं तर एकच कैची घातली असती. नऊ-दहा महिन्याचं दुखणं करून ठेवलं असतं!

कृष्ण : अरे पेंद्या, ते राहू दे. त्यांना म्हणावं यशोदेच्या ओट्यातलं देवकीचं स्पंदन वृक्षामाजी चंदन – सावळ्या मुखाचा तो हिरा आणि गोकुळ त्याचे कोंदण। असा तो किसनदेव तुमच्या पुढ्यात उभा आहे.

पेंद्या : म्हणावं, त्याच्या विडीकाडीची व्यवस्था करा! (कृष्ण डोळे वटारतो. पेंद्या जीभ चावतो.)

कृष्ण : त्याच्या आरतीची तयारी करा. पाठीवरच्या पदराचं तबक धरा. शब्दांची पानेफुले सुरांच्या हारात गुंफा. कृष्णासाठी कापरावानी जळलेल्या मीरेसारखं मन करा आणि तुमचं शरीर म्हणावं असं लवलवू द्या, की गुलछडीनं लाजून मान खाली घातली पाहिजे. पायातल्या घुंगरांचा असा झणत्कार होवू द्या की समोर बसलेल्या रसिकांनी आपोआप दोन्ही हातांच्या झांजांनी ह्या आरतीला साथ केली पाहिजे. (पेंद्या शिटी वाजवतो. गवळणींच्या नृत्याचा एक तोडा व नंतर गाणे.)

आडवाटला कान्हा आला, आला आडवा
आता राधेला कुणीतरी सोडवा!
एकली बघून यमुनेवरी!
छेड काढून मस्करी करी!
थेट जावून नंदाच्या घरी – त्याला जल्माची अद्दल घडवा...
नव्या नवतीचा ल्याले साज!
दोन माठांचं झालं ओझं!
कशी पदरात लपवू लाज – माझ्यावरून नजर त्याची उडवा!
कवाधरनं ह्यो करतोय खेळ!
आता माजाबी जाईल तोल!
दिस ढळायची झाली येळ – मला रस्त्याला नेवून भिडवा!

(गवळणी निघून जातात.)

पेंद्या : देवा, पद्धतीप्रमाणे गण झाला, गौळण झाली... हे रितीला

धरून झालं... आता म्होरं?

कृष्ण : आता खेळ.

पेंद्या : एकदम खेळ करता का बतावणी करता?

कृष्ण : बतावणी! अरारा!

पेंद्या : काहो, असं एकदम तोंड विचकायला काय झालं?

कृष्ण : खेळ टीचभर असला म्हणजे वावभर बतावणी करून बघणाऱ्यांची विच्छा पार मारून टाकत्यात.

पेंद्या : हे खरं हाय बाकी... दंड घातलेल्या लुगड्यागत कळा येते त्याला...

कृष्ण : म्हणून आपून बतावणीची छाटणी करून टाकू.

पेंद्या : ही कात्री लावलीया ते एक बरं झालं; पर तुमच्या ह्या खेळात शाहीर रंगभूमीवर येणार का?

कृष्ण : न सोबणारं सोंग घेवून स्वत:च्या तोंडानं चारचौघांत स्वत:ची स्तुती करणारा मूर्ख शाहीर आमच्यात कोणी न्हाई... शाहीर ही पदवी मोठी हाय... त्याची विटंबना करण्याचं पाप आमच्या हातानं होणार न्हाई. लेका, शाहीर कुणाला म्हनत्यात ठावं हाय? शाहीर म्हटल्यावर कोंची नावं डोळ्यापुढं येत्यात?

पेंद्या : शाहीर म्हटलं म्हंजे रामजोशी, होनाजी बाळा, शाहीर प्रभाकर, पठ्ठे बापूराव. आम्हाला एवढी नावं म्हाईत हैत.

कृष्ण : खरं हाय, हेच शाहीर होवून गेलेत. त्यांनी आपल्या लावणीचा वेल तमाशाच्या मंडपावर चढवला... आणि लावणीपायीच आपला जीव वेचला.

पेंद्या : म्हणजे पोटासाठी कुणाची चाकरी पत्करली न्हाई म्हणता?

कृष्ण : नाही नाही. तेव्हाच्या ह्या खऱ्या शाहिरांमध्ये गँझेटेड ऑफिसर कोणी न्हवते!

पेंद्या : म्हणजे असं बी कोण असत्यात काय?

कृष्ण : तर! गँझेटेड हापीसर आणि पगारदार शाहीरबी सापडत्यात; पण ते माडर्न हैत- म्हणजे आजकालचे.

पेंद्या : तोऱ्यात बतावणी करायला तुरा खोवून रंगभूमीवर येणार!

कृष्ण : हांगा अशी! तर हे शाहीर कसलं. नुसत्या भोपळ्यावरच्या मुंग्या हैत बघ ह्या...

पेंद्या : देवा, हे कसं काय म्हणता?

कृष्ण : अरं, त्यास्नी आपल्या पलीकडचं काही दिसतच न्हाई. तमाशाची चित्रं करणाऱ्यास्नी नावं ठेवत्यात आणि स्वत: स्फूर्ती मात्र

सिनेमा बघून घेत्यात!

पेंद्या : म्हंजे जेवायला जावून वासं मोजून येत्यात म्हणा की. म्हंजे या मूर्खांनी दासबोध वाचल्याला दिसत न्हाई.

कृष्ण : त्यास्नी आणखी रामदास कशाला वाचायला सांगतोस! न वाचता नावं ठेवतील.

पेंद्या : बरं तर मग देवा... ठरलं, आपल्यात बतावणी न्हाई.

कृष्ण : न्हाई.

पेंद्या : तुरा खोवून तोऱ्यात बोलणारा शाहीर न्हाई...

कृष्ण : व्हय, ह्यो मूर्खपणा न्हाई.

पेंद्या : मग आता एकदम खेळ?

कृष्ण : आता एकदम खेळ.

पेंद्या : विषय काय?

कृष्ण : विषय रोजच्या आपल्या जीवनाचा आशय धरूनच हाय.

पेंद्या : म्हंजे आजकाल चाललेली राकेलची बोंब?

कृष्ण : असल्या टेंपरवारी गोष्टीवर आम्ही खेळ करत न्हाई.

पेंद्या : मग आता परमनंट झालेला भाषिक प्रश्न घ्या.

कृष्ण : लेका, आधीच या भाषिक प्रश्नानं देश वैतागलाय. आपून आणि का डोस्कं उठवायचं?

पेंद्या : मग राव, सांगतो असं करा — राजकारणात शिरा —

कृष्ण : लेका, एवढ्या सवंग विषयावर खेळ बेतायचा न्हाई... राजकारणावर सवंग कोट्या करून टाळ्या घेणारं घेवू द्यात. आपण काईतरी चिरंतन विषय निवडू.

पेंद्या : अहो, मग संसाराची चित्तरकथा लावा की!

कृष्ण : बरोबर हाय... ह्येला अंत न्हाई.

पेंद्या : मग काढा दाल्ला-बायकूचं गाराणं.

कृष्ण : असाच खेळ लावू.

पेंद्या : पर नाव काय?

कृष्ण : ऐक — लवंगी मिरची.

पेंद्या : झोंबाया पाहिजे बघा.

कृष्ण : ज्याला झोंबायची त्याला झोंबल.

पेंद्या : ते न्हवं, पर कुठली म्हणायची?

कृष्ण : कोल्हापूरची.

पेंद्या : मंबईची न्हवं?

कृष्ण : न्हाई, न्हाई — कोल्हापूरची.

पेंद्या : शाब्बास! 'लवंगी मिरची कोल्हापूरची'... नाव बेस्ट हाय... पर हे लिवलंय कुणी म्हणायचं?

कृष्ण : केला इशारा... बघितला हुतास का?

पेंद्या : तर हो दहादा... आर्यनला ७० आठवडे चालला की.

कृष्ण : मग त्याच भाद्दरानं ह्यो खेळ लिवलाय बघ.

पेंद्या : अहो, मग शंकर पाटलानं म्हणा की! आणि त्यो बशिवला कुणी?

कृष्ण : सांगत्ये ऐका, सवाल माझा ऐका, केला इशारा जाता जाता असं तमाशा लावणीपट ज्यांनी दिग्दर्शित केलं त्या प्रख्यात दिग्दर्शक अनंत माने ह्यांनी ह्यो बशिवलाय!

पेंद्या : शाब्बास ! अहो, म्हंजे ज्यांचं सिनेमा बघून हे माडर्न शाहीर लोकनाट्य खरडत्यात त्यांनी ह्या खेळाचं दिग्दर्शन केलंय म्हणा.

कृष्ण : हे बघ, ही 'लवंगी मिरची' अनंत माने यांनी सादर केली आहे.

पेंद्या : अहो, मग त्यात झटका असणारच! मग आता वेळ का? होऊ द्या सुरुवात. ए ढोलकी, हाण तुकडा ... (ढोलकी विंगेतून सुरू होते. वग म्हणायला पुढे येतात.)

■

वग

श्रोते जनांचा जथ्था उतरला, कथा सांगतो वळखीची
तिरकोनामधी सापडलेल्या नरनारीच्या सलगीची
एका म्यानामधी दोन तलवारी, सांगा राहातील कशा?
अशाच एका संसाराची झाली पुरी दुर्दशा
सभाजनांनो शांत राहावं, गडबड गोंधळ नग
लवंगी मिरची कोल्हापुरची सादर करतो वग

(वग संपतो. जयसिंग व हऱ्या प्रवेश करतात.)

हरी : अहो जयसिंगराव, अहो राजे, अहो सरकार... आत्ता ह्या सरकाराच्याऽऽ?

जयसिंग : काय हऱ्या?

हरी : धादा हाका मारल्या तर गपच. अहो, ते इंजान घ्यायचं काय झालं?

जयसिंग : हिरीवर इंजान बसवून पिकं घ्यायला आमचा जीव सुचित न्हाई.

हरी : अहो, मग दोन हजार तगाई कशाला घेतलीया?

जयसिंग : तमाशात दौलतजादा करण्यापायी तगाई मिळत न्हाई म्हणून इंजनाचं कारण काढलंय!

हरी : जय किसान! जय जवान!

जयसिंग : का रे, काय झालं?

हरी	: जय भारत! जय शेती!
जयसिंग	: आत्तायच्या! अरं, असा का बरळाय लागलाईस?
हरी	: अशीच तगाई मिळवत चला आणि दारू आणि बाया ह्यांच्यावर उधळत चला. म्हंजे रानातली पिकं चांगली डोलत राहात्यात बघा तुमच्या नावानं!
जयसिंग	: मला असं सांग, पीक आमच्यासाठी का आम्ही पिकासाठी?
हरी	: मी म्हंतो तुम्ही असं का इचारत नाही... ?
जयसिंग	: कसं?
हरी	: असं हो... आम्ही तमाशासाठी का तमाशा आमच्यासाठी?
जयसिंग	: दोघांचीबी मुळं एकमेकांत गुंतल्यामुळं ह्यो जरा गहन प्रश्न झालाय... तवा त्येची उकल करण्यासाठी ह्यावर आपण एक–सदस्य कमिशन नेमू.
हरी	: म्हंजे प्रश्न आणखीनच गहन होईल.
जयसिंग	: आणि तमाशा बघायला चांगलं फावल.
हरी	: जयसिंगराव, तुम्ही एकदम केंद्र सरकारात मिनिस्टर व्हायच्या लायकीचं हाय बघा!
जयसिंग	: पर लेका, निवडणुकीला उभं राहण्याची भानगड येती... आणि शिवाय जनतेची मतं पडावी लागत्यात.
हरी	: राव तुमच्यासारख्यालाच हमखास मतं पडत्यात... मी तर म्हंतो तुम्ही अगदी बिनविरोध निवडून याल...
जयसिंग	: ए लेका हऱ्या... कान ठेवून आधी ऐक... (ढोलकीचा आवाज पडद्यांतून येऊ लागतो.)
हरी	: आयला, इंजान बघायला म्हणून हितं तमाशाच्या थेटरावर आणलं व्हय?
जयसिंग	: लेका, सुंदरा कोल्हापूरकरणीची बारी हाय!
हरी	: मग हे तुमचंच इंजान हाय की राव!
जयसिंग	: इंजान?
हरी	: तर आता काय म्हणायचं मग?
जयसिंग	: लेका, आम्ही जीव वव्वाळून टाकू!
हरी	: अहो, शेतकरीबी पाडव्याच्या दिवशी इंजनाला हार घालतोयच की!
जयसिंग	: ते फुलांचा हार... !
हरी	: तुम्ही काय खेटरांचा?

जयसिंग : अरे, आम्ही हातांचा हार करतो!

हरी : बोटांच्या सुईनं.

जयसिंग : च् च् च्... गाढवाला गुळाची चव काय!

हरी : अहो, पर ती म्हण झाली... गाढव झालं तरी ते गटारातला गूळ खाईल म्हणता काय?

जयसिंग : चल, ह्यात वेळ नको... सुंदरा वाट बघत असल.

हरी : पैशांची! तुमची न्हवं... चला चला.

(दोघे जाऊ लागतात... पडदा वर जातो आणि तमाशाच्या थिएटरमध्ये सुंदरा कोल्हापूरकरणीची बारी उभी असते... विंगेतून दौलतजादा व लावणी.)

लई दिसानं आला आमच्या राजधानीला
घ्या लाडीगोडीनं जवळ तुमच्या राणीला
जरा मिळल उतारा मदनमस्त ज्वानीला
यावं यावं सरकार, बसा आमच्या बराबर, मनात असंल ते खोला
अहो राजं, तुमचा हुकूम काय तो बाला
जीव झाला तुम्हांवर राजी
का मंजूर माझी अर्जी
अनमान करू नका, भाडभीड धरू नका, खुशाल उडवा डावा डोळा
ही जोबन ऐनभराची
वाट बघतीया मार्गेसराची
किती किती करू साज, करा बघू अंदाज, वरीस सतरा का सोळा?
हितं येवून असं काय बघता
काय हसता मधीच गप बसता
लई नको हावभाव, असं काय करता राव, तुमचा सभाव लई भोळा!

■

प्रवेश पहिला

(हऱ्या व जयसिंग चकरा मारतात. हऱ्या मागे धावतो. अशा तीन-चार चकरा वाकड्यातिकड्या झाल्यावर हऱ्या त्याला पकडतो. अजीजीनं)

हरी	: इथं बसा, दमायला हुईल.
जयसिंग	: हऱ्या... हऱ्या... – लई उलघाल व्हाया लागली रं! (हऱ्या त्याच्या सदऱ्यानं वारा घालतो.) काय चावटपणा चाललाय तुझा?
हरी	: वारा घालतू.
जयसिंग	: का लेका, दिस उकाड्याचं हैत?
हरी	: मालक, तुम्हीच म्हनता की उलघाल होतीया.
जयसिंग	: अरे, भाईर थंडी.
हरी	: व्हय लई उकाडा, भोकार फुटाया लागलंय— पुसच चालू हाय. ऊन मी म्हनतंय.
जयसिंग	: ह्येच्यावर काहीतरी औषध काढ. (हऱ्या त्याचा हात धरून नाडी तपासतो.)
जयसिंग	: काय करतूस?
हरी	: नाडी तपासतो.
जयसिंग	: काळजाला आग लागली हऱ्या. नाडी काय तपासतोस? काळीज पेटलंय!
हरी	: पाणी आणू?
जयसिंग	: पान्यानं ही आग विझवतोस?

हरी : न्हवं, मडकाभर पाणी प्या घटाघटा, म्हणजे जीवाला थंड वाटंल.

जयसिंग : थंडावा गेला रं, सगळा थंडावा गेला. अशानं जीव न्हाई थंड व्हायचा. भडाकलाय!

हरी : आयला ह्या भडकण्याच्या — (स्वगत) लग्नाच्या बायकोसाठी जीव न्हाई भडकत. हे लागलंय त्या कलावतीणीच्या पोरीच्या नादी. घरी सोन्यासारखी बायकू. फुलासारखी दोन मुलं — बगा की कसं पिसाळल्यागत करतंय!

जयसिंग : हऱ्या!

हरी : काय मालक?

जयसिंग : आता आपून कुठं हाय?

हरी : गावदरीला हाय!

जयसिंग : इथं का आलोय?

हरी : आता मला काय माहीत?

जयसिंग : कोल्हापूर रोड कुठं राहिलाय?

हरी : हा काय अंगावरनं गेलाय!

जयसिंग : बरं, आता एस. टी. कवाशी जाणार?

हरी : एक गेली खाली... आता एक यील वरनं.

जयसिंग : टाईम झाला?

हरी : वरती जायचंय?

जयसिंग : कशाला?

हरी : लता-लंका बारी बघायला. ह्यो ह्यो नवरा बरा दिसतो.

जयसिंग : हऱ्या, मस्करी करतोस? माझा इकडे जीव चाललाय! सांग, एस. टी. कवाशी येणार?

हरी : कोल्हापूरला जायाचं न्हाई म्हणता, मग एस. टी. येऊन काय करता?

जयसिंग : काय करता? आज एस. टी. पुढे आडवा पडणार. (उठतो.)

हरी : आवो, आवो, पोरंबाळं उघडी पडत्याल!

जयसिंग : पडू दे!

हरी : आई जीव दील.

जयसिंग : मरू दे तिला.

हरी : वहिनीसाब डोस्कं फोडून घेत्याल.

जयसिंग : चुलीत घाल तिला.

हरी : आन (घाबरत) मंग सुंद्रीनं कुणासाठी पानपट्टी बनवायची?

जयसिंग	: तिच्यासाठीच जीव तडफडतोय हऱ्या.
हरी	: (स्वगत) बघा कसं चळिंतर है. आई, बायकू मरू दे म्हंतो; पण सुंद्रीसाठी जीव गुतलाय. (उघड) तडफडतोय? पण मालक, तुमी जीव देत्याल; पण पोलीस आमचा पंचनामा करत्याल ना!
जयसिंग	: मग काय करू सांग. कशाला हा जीव ठेवायचा?
हरी	: असू द्या की माझ्यासंगट बोलायला.
जयसिंग	: (सुस्कारा सोडून) काय लेका तुझ्यासंगट बोलायचं?
हरी	: मग सुंद्रीसंगं बोला.
जयसिंग	: सुंद्रीला भेटायला जातो तवा तिची आई इचारती पोरीचं काय करता बोला.
हरी	: आवं, तिचं बराबरच है. गालावर मास हाय तोपतूर त्याची किंमत. कोंबड्या खुडूक झाल्यावर त्यानला कोन इचारणार?
जयसिंग	: पुन्हा हा दोन बायकांचा कायदा आडवा येतो हऱ्या. आन् तूच सांग, असं हिरीच्या काठाकाठानं कितींदा फिरायचं?
हरी	: अवो, चांगला म्होतूर धरून (सुराचा अभिनय) मारा की सूर. मीबी येतो मागनं. (जयसिंग रागाने बघतो.) आमचा मुटका धरून.
जयसिंग	: असं म्हंतोस?
हरी	: आन् मग वो — चला, सुंद्रीकडं पान खायला. जीवाला बरं वाटंल. (दोन-तीन फेऱ्या मारतात.)
हरी	: (फेऱ्या मारतानाच) सुंदरा मनामधी भरली जरा नाही ठरली, हवेलीत शिरली... .
जयसिंग	: वा वा!
हरी	: अन् भरल्या संसाराची बोंब हो झाली!
जयसिंग	: काय म्हनालास?
हरी	: म्हणलं सुंद्रीचं घर आलं. व्हा फुढं.
जयसिंग	: (पुढं होऊन) सुंद्रा!
हरी	: सुंदराऽऽ
जयसिंग	: तू कशाला फुडं?
हरी	: अवो, ह्ये गणपतीचं उंदीर है. त्यो मोदक उडवणारच की.
जयसिंग	: हो मागं, सुंद्रा!
हरी	: लाळ पुसा, शर्ट खराब हुईल.
जयसिंग	: (तोंडावर हात फिरवून) सुंद्रा!
हरी	: आंघुळ करत असत्याल — बघून येतो.

जयसिंग : कुठं? न्हाणीघरात जातोस?

हरी : कापडं काढूनच जातो की. (जयसिंग धपाटा हाणतो.)

जयसिंग : अरं हो मागं — ये सुंद्रा.

सुंद्रा : (आतून) कोन है?

हरी : आमी है हऱ्या.

जयसिंग : तुझी बुट्टी ठेव बाजूला, मी है जयसिंगराव. (सुंद्रा बाहेर येते. ती जयसिंगला बिलगते.)

हरी : (खाकरतो.) जयसिंगच्या मागे बसतो.

सुंद्रा : कोन आलंया बरूबर?

हरी : आमी हाय न्हवं मागंच.

सुंद्रा : मागं — कुठं?

हरी : तुम्हाला न्हाई दिसायचं.

सुंद्रा : ते वं का?

हरी : प्रेम आंधळं असतं असं म्हणत्यात. वाचलेलं नाही, कानावरनं गेलंय. (उठून बसतो.)

सुंद्रा : का? कुठं जीव लावला न्हाई व्हय?

हरी : आतां व! दोन पोरं अन् सात पोरी तशाच झाल्या व्हय बिन प्रेमाच्या?

सुंद्रा : बया बया — दोन पोरं अन् सात पोरी! म्हणा की.

हरी : उपसाच तसा है. किर्लोस्करचं इंजान है बारा हार्सपावरचं.

सुंद्रा : मंग दुसऱ्याच्या मोटेवर कशाला हो हिंडताय? वंजळ धरून बाहीर बसा की.

हरी : बाहीर! का बसतो की इथंच वाफा धरून.

जयसिंग : हऱ्या का ताटकाळाया लावलयंस? जा बघू. (हऱ्या बाहेर जाण्याऐवजी आत जायला लागतो.)

सुंद्रा : या बयाऽऽ इकडं कुठं?

हरी : न्हाई, आपल्या आईसाब आसत्याल तर बसतो तंबाखू चोळत... हो.

जयसिंग : हऱ्या, जा म्हणतोय ना. (हऱ्या जातो.) (सुंद्रा जयसिंगला खाटेवर आणून बसवते. जयसिंग फेटा काढून ठेवतो.)

सुंद्रा : (फुरंगटून) किती वाट बघायची आम्ही?

जयसिंग : काय करू सुंद्रे?

सुंद्रा : लईबी झुरणी लावू नये मानसाला. (तिला जवळ घेतो.)

जयसिंग : तुझ्या गळ्याची आन् सुंद्रे. आमी तरी काय गहाळ बसलोय म्हंतीस? आता तुझ्यासंग बोलतोय; पर सुंद्रे, सुद्द उडालीया

बग आमची. (हऱ्या लगबगीनं येतो.)

हरी : कांदा आणू काय नाकाला लावायला?

जयसिंग : अरे, जा लेका.

हरी : सुद्द उडाली म्हणताय न्हवं?

जयसिंग : जोड्यानं सडकू काय लेका!

हरी : (जाता जाता) मोटार लई तापल्याली दिसतीया. (हऱ्या गेल्यावर सुंद्रा जयसिंगाच्या पाठीवर मान ठेवते.)

सुंद्रा : मग काय इचार केला?

जयसिंग : इचार? आता कसला इचार? आजच दोस्त मंडळीला बोलावलं हाय. दोन दिवसाच्या आत न्हाई तुकडा पाडला तर नावाचा जयसिंग न्हवं!

सुंद्रा : तुकडं पाडायला लगीन म्हंजी काय खूनबीन हाय व्हय?

जयसिंग : आगं, तुझ्यासाठी पाच-पन्नास मुडदे पाडायची वेळ आली तरीबी मागं सरणार न्हाई.

सुंद्रा : (त्याच्या समोर येते व त्याचा हात हातात घेऊन) एवढा जीव हाय माझ्यावर?

जयसिंग : म्हंजे शंका है? सुंद्रे, तू माझ्या आभाळातला पुनवेचा चंद्र हैस. वादळात सापडलेल्या माझ्या गलबताचं शीड हैस.

सुंद्रा : कधी हे वादळ संपायचं आन् कधी गलबत किनाऱ्याला लागायचं कुणास ठावं!

जयसिंग : एवढी उतावळी झालीस?

सुंद्रा : मग, पण माझी एक अट हाय.

जयसिंग : अगं, एकच काय, तुझ्या पन्नास अटी मान्य हैत. सांग.

सुंद्रा : सांगू? ऐका—

लगीन झाल्यावरी मी सांगेन तसंच वागायचं
म्होतूर ठरल्यावरी मी बोलेन तसंच ऐकायचं
रोज जेवणाचा थाट, घालू रंगीत पाट
म्होरं टेनलेसचं ताट, त्यात साखरभात
एका ताटात दोघं जेवायचं ।
रंगमहालावानी, सजवू माडी जुनी
दोघं राजाराणी, नको तिसरं कोणी
मला पंख्यानं वारं घालायचं ।

थाट शहरातला, रंग लुटायला
दोघं मिळून चला, जाऊ सिनिमाला
पर बाक्सात दोघं बसायचं ।
टिपूर चांदणं बघून, बाहीर पडू मिळून
हात हातात धरून, दोघं येऊ फिरून
तिथं सवतीला संगं न्हाई न्यायचं ।
दिवस उगवंल तवा, कामावरी जावा
सांच्यापारी जवा, गार सुटंल हवा
पर झोपायला इकडंच यायचं ।

(लावणी संपल्यावर पान लावत जयसिंगजवळ बसते. त्याला पान देताना पान स्वत:च्या दातात धरून तोंड पुढे करते.)

(हऱ्या लगबगीनं धोतर झटकीत उठतो. ती ओरडत घाईनं दूर होते.)

जयसिंग : काय झालं हऱ्या?

हरी : झुराळ धोतरात शिरलं वो. लई वळवळ करतंय सालं.

सुंद्रा : या येळेलाच नेमकं झुरळ शिरलं व्हय तुझ्या धोतरात!

हरी : आता हे बघा, झुरळाला काय बोलता येतं व्हय! शिरलं! (आबुराव, बाबुराव हाक मारीत बाहेरून येतात.) आवो जयसिंगराव... ये हऱ्या...

हरी : मालक, आबुराव बाबुराव आले वाटतं. बरं झालं मीटिंग जमली, सुंद्रावयनी.

सुंद्रा : वयनी!

हरी : आन मंग आता काय बाकी करायचं ठेवलंय तुम्ही वो? अक्षताच तेवढ्या पडायच्या राहिल्यात. तुम्ही आत जावा, आमी जरा चर्चा करतो. आन् चहा करा पेशल तुमच्या आईसाहेबांच्या हातचा. (सुंद्रा जाते. ती परत हऱ्याजवळ येते.)

सुंद्रा : पेशल च्या व्हय? थंडगार पानी न्हाई चालायचं?

हरी : ते रोज बायकू पाजतीया की घरी. (सुंद्रा आत जाते. ती गेली आहे असं पाहून)

जयसिंग : लईच तिच्या आईवर ध्यान तुझं!

हरी : अवो, तुमी आंब्याच्या कुया चोखताय! आमाला सालपट तरी

मिळू द्या की. (आबुराव, बाबुराव येतात.)

दोघे : रामराम. (बाबुराव आत जायला निघतो.)

हरी : ये आंधळ्या! (पुढे आणून बसवतो.)

बाबुराव : लई अर्जंट निरूप पाठिवला.

हरी : जेवन है.

बाबुराव : अस्सं! थांबा, हात धुवून येतो. (वळतो.)

हरी : ये तुझ्या खादाड तोंडाच्या (गचांडी धरून बसवतो.) इथं बस. जेवान म्हनलं तर ताटीवरनं उठून बसशील! मालक काय म्हणत्यात ते बघ. (प्रत्येकजण विड्या पितात.)

जयसिंग : हे बघा बाबुराव, मुद्याकडे वळू या. आमचा पेच तुमाला म्हाईत आहेच.

बाबुराव : व्हय... व्हय.

जयसिंग : मग तुमी काय इचार केला?

बाबुराव : (विड्यांचं बंडल व काड्यांची पेटी खिशात घालीत) त्याचं म्हंजे काय हाय जयसिंगराव
(हऱ्या बिड्या व पेटी हिसकून घेतो.)
कायदा आडवा येतो. काम सोपं न्हाई.घासलं म्हंजे लईच घासलं.

हरी : लगीन लावायचं हे तर मनानं धरून चालताय न्हवं गच्च?

जयसिंग : गच्च आन् कसलं? अगदी सिमीट-काँक्रीट झालंय.

बाबुराव : रोज सायंकाळी पान्याचा शिडकावा चाललाय इथं, मग अडचण काय है?

जयसिंग : अरे बाबा, आडचण हाय कायद्याची.

हरी : झक मारतो कायदा!

बाबुराव : न्हाई पर. (अडखळत)

हरी : हे आब्या लेका, फुसक्या सोडू नगं. हे बघ, जयसिंगराव कोन हैत?

आबुराव : गावचं पाटील हैत.

हरी : म्हंजे गावचा राजाच की—

हरी : आन मंग लेका राजाला का भ्या पडावं रे कायद्याचं! त्यो एक राणी करील न्हाईतर शंभर बायकांचं झुंबर करून छताला टांगून ठेवील; कुनाच्या बापाचं भ्या है त्याला?

आबुराव : न्हाई पर... (पेटीतील काडी काढून कानात घालीत)

बाबुराव : ये, बोल फटदिशी.

आबुराव : पाटलांच्या घरातलं वारं काय म्हनतंय?

जयसिंग : कोन काय म्हणणार?

हरी : त्यानला उपाशी मरायचं आसंल.

आबुराव : पर पाटलीणबाई!

जयसिंग : कोण पाटलीणबाई?

आबुराव : आपल्या धरमपत्नी — गावच्या मातुसरी — तारावयनी.

जयसिंग : किती केलं तरी ती माझी बायकू हाय! काय हऱ्या?

हरी : वटपुनवेला वडाला फेऱ्या घालतात न्हवं? मंग बसा की तोंड दाबून म्हणावं.

जयसिंग : तोंडातनं शबुद बाहीर पडायचा न्हाई तिच्या.

हरी : आवो, हरिश्चंद्राची तारामती. (आब्या बराच वेळ गुडघ्याला मिठी घालून गप) आरे, बोल की!

आबुराव : न्हाई; पर आईसाब गप बसत्याल का?

जयसिंग : कोन आईसाब? त्या काय म्हणणार?

हरी : लईच राग आला तर मी म्हंतो पेशल यात्रेनं काशीला जावू द्या की! चारशे रुपयांत सहा महिने गडप.

जयसिंग : आईला ठेवा गुंडाळून.

आबुराव : ठेवली; पर...

हरी : आनी अजून काय? (पुन्हा आब्या गप) अरे, बोल की.

आबुराव : आता चुलता. जयसिंगरावाचं चुलतं काय म्हनत्याल?

जयसिंग : आरं कोन चुलता! त्यो काय म्हणणार? किती केलं तरी चुलता तो चुलता.

हरी : आवो, म्हनच है! पावन्याचं पाव्हनं आन् कोंडिबाचं म्हेवनं. म्हनं चुलता.

आबुराव : न्हाई पर! मी म्हनतो आई, बायकू, चुलता राहू द्या; पर यांच्या सासुरवाडीची मानसं काय म्हनत्याल? यांचे सासरे तिरशिंगराव? (जयसिंगराव गडबडतो. हऱ्या उठून जाऊ लागतो. बाबुरावही...)

जयसिंग : (हऱ्याला उद्देशून) का रं?

हरी : न्हाई जयसिंगराव, ते काम जरा कठीनच हाय. म्हंजे काय हाय, तुमचा सासरा कायद्यातला बी जरा किडा है आन् पुन्हा कायद्यापात्तूर डोकं चालवीलच असं काही नाही. बंदूक घेवूनच गावात शिरला तर...

बाबुराव : म्हंजे आमची पोरंबाळं उघडी पडायची!

आबुराव : त्येच म्हंतो मी (सुंद्रा उभी असते. हऱ्या जयसिंगाला खुणावतो.)

जयसिंग : (सुंद्रीला) ये, का उभी हैस खुट्यासारखी? कपबशा घेऊन जा. (ती कपबशा घेऊन जाते.)

जयसिंग : (हऱ्याला) बोल लवकर.

हरी : हे बघा, आपुन कायद्याला टांग मारायची. नुसती छडी टांग. देखते रहना!

आबुराव : आरं, पर कशी?

हरी : कायद्याला कायदा ठेवून द्यायचा. अक्षी देशी औषध. पडसं आलं तर थंड पाण्यानं आंघुळ करायची.

जयसिंगराव : आयला ह्याच्या! पर करायचं काय?

हरी : (उठून घरात इकडेतिकडे डोकावून बघतो. येऊन बसतो.) लगीनच लावायचं न्हाई.

आबुराव : चांगभलं! उचला ह्याची पालखी.

जयसिंग : अरे हट लेका.

हरी : ऐका तर खरं; पालिसी तर बगा आमची. लगीन झालं अशी नुसती भुमका उटवायची.

आबुराव : उटवली, फुडं?

हरी : पोरीला आणून घरात ठेवायची.

आबुराव : ठेवली; म्होरं?

हरी : आठ-पंधरा दिस काय होतंय, काय न्हाई, याचा दुम घ्यायचा.

जयसिंग : घेतला; म्होरं?

हरी : आन काय होत न्हाई असं दिसलं — लाईन क्लिअर झाली. मग एक दिवस गुमान वाडीला जायचं आन् लगीन करून यायचं. कसं? (बाबुराव बेस म्हणतो.)

आबुराव : (साष्टांग नमस्कार घालतो.) साक्षात गुरू हैस. ह्याला म्हनत्यात मेंदू! वा हरीपंत!

जयसिंग : अरे हॅट लेका.

आबुराव : इ्याक! इ्याक! हे काय वाईट न्हाई; पर (आत बघत) ती पोरगी तयार हुईल का?

हरी : अवो, मग लव कसलं? काय जयसिंगराव? जरा तोंड वाकडं करा— बगा सरळ होतंय कांडकं!

आबुराव : नाई... पर तिची आई?

बाबुराव : असला राजा गवसल्यावर तिची आईच काय; तुमची आई तरी

बोंब मारील का?

जयसिंग : (हऱ्याला शाबासकी देतो.) हैरे पठ्ठ्या, ठरलं. उद्या सुंद्रीला सांगून ठेवतो. परवा लगीन झालं असं उठवून टाका. वेळ नको. आमी होतो कुठंतरी गडप.

हरी : कुठंतरी कशाला? शिरा की कुणाच्या तरी उसाच्या फडात. दुपारची भाकरी आमी पोचवतो. मतुर लईबी गहाळ नका राहू!

जयसिंग : म्हंजे?

हरी : आमाला शिनीमा नको दिसायला.

जयसिंग : ठरलं. (आत जायाला निघतो.)

बाबुराव : तिन्हीसांजंचं तिला घेऊन या वाड्यावर. हिरवा चुडाबिडा भरा. हिरवी साडी बरोबर घेऊन जा.

हरी : साडी घरीच बदला. तिथं नको. ठीक हाय, जावा.

बाबुराव : गळ्यात मंगळसूत्र घालून आणा, तंवर आम्ही बोंबलत फिरतो. पार गाव ढवळून काढतो.

जयसिंग : ठीक आहे मग सुटा.

वाचा इतिहास, ऐका पुराणं, त्यात उधारणं कैक गावतील
सवती मत्सर करतो घात, सुखी संसाराची वाट लावतील
कौसल्येवरी कैकयी, जळू लागली मत्सरापायी,
रामराज्यात पडली दुही
भल्याभल्याचं झालं बुरं, तत्त्व हे चिरंजीव राहो!

(वग संपल्यावर जयसिंग तिला विंगेतून ओढत आणतो. ती घाबरून नको नको म्हणते.)

सुंद्रा : बया, असं काय खुळ्यावानी कराया लागलाय? कुणी बघतील न्हवं?

जयसिंग : बघिनात (तिला आणून कोचावर बसवतो.)

सुंद्रा : वाड्यात काय म्हनतील बरं?

जयसिंग : कोण काय म्हनत्यात?

सुंद्रा : पाटलीनबाई?

जयसिंग : बघीतलं न्हाईस? पडलीया न्हवं कपाळ फोडून घेवून! रक्ताचं शिंपण कराया निघाली व्हती. काय मिळवलं?

सुंद्रा : पर मला अजून भ्या वाटतं. जीव नुसता हुरहुरल्यागत झालाय

बगा. आत्याबाई काय म्हनत्याल?

जयसिंग : ती काय म्हणणार है? तडातडा बोलून बसलीया न्हवं कोपरा धरून?

सुंद्रा : पर आज तुमचा सगळा गोतावळा गोळा करनार हैत म्हनं.

जयसिंग : कोन गोतावळा?

सुंद्रा : तुमचा चुलता – ते सगळं जमणार हैत.

जयसिंग : कोन चुलता? आन् लवाराचा भाता? त्या सगळ्यांना घाल चुलीत! हे बघ, ती लावणी म्हणं पठ्ठे बापूरावची.

सुंद्रा : बयाऽऽ कसली घनछाती हाय तुमची? इथं गाणं म्हणू तुमच्या वाड्यात?

जयसिंग : नुस्तं म्हणू नको — नाचकामबी झालं पायजे.

सुंद्रा : बरं म्हणते.

दसरा गेला दिवाळी आता येईल उद्यापरवा
अहो राया, मला जरतारी शालू आणा पैठणचा हिरवा ।।
मखराभोवती दोर लावा थाटमाट करवा
मैत्रिणी माझ्या बोलवा साऱ्या ओटी माझी भरवा ।।१।।
अहो राया मला...
गावातून फिरवा मजला पालखीत मिरवा
हळदी कुंकवामध्ये माझे अंग सारे मुरवा ।।२।।
अहो राया मला...

(गाणे संपते तोच चुलत्याचा आवाज येतो. 'जयसिंगराव, अवो जयसिंगराव'! क्लॅरिओनेटचे रणभेरी पार्श्वसंगीत)

सुंद्रा : आता वो?

जयसिंग : काय झालं?

सुंद्रा : अहो, तुमचा चुलताच जणू?

जयसिंग : मग ईना. पुराचं पानी आल्यागत का लागलियास पळायला? (चुलत्याची हाक)

सुंद्रा : आता काय करतील वं?

जयसिंग : तू आत जा.(ती जाते व घाईने परत येते.)

सुंद्रा : तितं सासूबाई हैत की!

जयसिंग : मग बाळंतणीच्या खोलीत जा.

सुंद्रा : आवं, तितं पाटलीनबाई हैत की. (ती जाते व पुन्हा परत येते.)

जयसिंग : ती खाती का गिळती तुला? का वाघीण लागून गेलीया ती? मग, बरं जा माडीवर.

सुंद्रा : (त्याचा हात धरून) तुमीबी चला माझ्यासंगती.

जयसिंग : का? कुणी वडून न्याया लागलाय व्हय तुला? जा मुकाट.

चुलता : झेंडा लावला म्हणा की घराण्यात आमच्या! पराक्रम करायला दुसरीकडं वाव गावला न्हाई जणू? जयसिंगराव, काय करून बसला हे?

जयसिंग : बहिरा न्हाई मी! लाऊडस्पीकर बंद करा तुमचा. काय केलं?

चुलता : काय केलं?

जयसिंग : व्हय, व्हय, काय केलं? (एवढ्यात आई येते.)

आई : हातात हंटर घेऊन इचारा की मुडद्याला.

चुलता : वयनीसाब, तुमी परवानगी द्या. ह्याची कातडी लोळीवतो.

जयसिंग : त्वांड सांबाळून बोला. जादा-कमी बोलायचं कारन न्हाई. काय संबंध तुमचा?

आई : भाड्या बोलतुया आनी कसा बघा! चांगला ठोका त्याला. त्याबिगार न्हाई वटनीवर यायचा. दरकारच राहिला न्हाई बघा कुनाचा.

चुलता : दरकार? आमी काय आजून मेलो न्हाई! चुलता हाय त्याचा. बगून घेतो. बोला जयसिंगराव, काय करून ठेवलंय?

जयसिंग : लगीन केलंय.

चुलता : का? झालं न्हवतं का?

जयसिंग : आणिक करूशी वाटलं!

चुलता : झ्याक केलं!

जयसिंग : मग काय वाईट केलं? लगीनच केलं न्हवं?

चुलता : व्हय, पाटलाच्या घराण्याचं चांगलं नाव केलं बघा!

जयसिंग : व्हय, केलंच. काय लुगडं नेसून नाचलो तर न्हाई? एवढा तरी तुमच्या काळजाला का खोंबारा लागलाय?

आई : कोन जातीची पोरगी हाय ते तरी इचारा.

जयसिंग : जातपात कशाला बघता, रूप बघावं मानसाचं.

आई : तिला पुढ्यात घेवून बघत बस मुडद्या!

चुलता : काय बगतोय! बरं बघू देवू आमी? एका कलावतीच्या पोरीला वाड्यात आणून ठेवली!

जयसिंग : व्हय, आनलीया, तशीच न्हवं, लगीन लावून आनलीया.

चुलता : तिच्यासंगट लगीन लावून आपली जात सुदरायला निघाला म्हणा की.

जयसिंग : का? तुम्हाला का एवढं सुतक आलंया?

चुलता : (रागावून) जयसिंगराव!

जयसिंग : लइ नाक फेंदारून बोलू नका. काकू तरी घाबरती का तेवढं इचारून या!

आई : ह्याचा मुडदा गेला. हाणा की जोड्यानं. काय हाये का दरकार मेल्याला!

चुलता : जयसिंगराव, दोन लग्नाचा कायदा ठावूक न्हाई जणू?

जयसिंग : आईचं दूद तुटून अट्ठावीस वर्षं झालीत आता. दुसऱ्या कुनाला शानपण शिकवा.

चुलता : शानपण शिकवू नका म्हंजी? उद्या झेलात खडी फोडाय गेल्यावर आमची आब्रू कशासंगं मोजली जाणार?

जयसिंग : खडी फोडाया तुम्हाला न्हाई बोलीवणार.

चुलता : तुम्ही खडी फोडा; न्हाईतर मैल्याची डबडी खांद्यावर घेवून जेल भोगा; आमच्या आब्रूचं काय?

जयसिंग : लई डाग लागला असला तर धुवून वाळत घाला चावडीवर. सोडा-साबणाचा खर्च देवू आम्ही! (आई डोळ्याला पदर लावते.)

चुलता : बगा, वयनीसाब, चिरंजीव काय बोलत्यात.

आई : तुरुंगात जाऊन खडी फोडायला जलम दिला व्हय रे तुला?

चुलता : गावभर डंका झालाय. तुरुंगात जाणारच.

आई : हाताचा पाळणा करून अन् डोळ्याचा दिवा करून तुला लहानाचा मोठा केला ते तुरुंगात जाण्यासाठी व्हय रे?

जयसिंग : निस्तरायला आमचं मनगट समर्थ हाय! जावा तुम्ही.

आई : मला नदीवर पोचवून हे करायचं हुतं रे बाळा!

चुलता : तुमी जावा आत वयनी. आमी बघून घेतो. (आई आत जाते.)

चुलता : जयसिंगराव, जरा आमच्या बाजूनं इचार करा.

जयसिंग : तुमचं काय वाटुळं केलं आमी?

चुलता : आता वाटुळंच की! न्हात्याधुत्या तीन लेकी आज रोजी बिनलग्नाच्या घरात बसून हैत. आता हे पै-पावनं यायचं-जायचं दिस आलं. काईतरी लग्नाच्या वाटाघाटी सुरू होणार आन् तुमी काय करून बसला?

हरी : (प्रवेशून) काय झालं?

चुलता : आवं, काळं कुत्रं तरी आमच्या दारात येऊन उभं ऱ्हाईल का?

हरी : का येणार न्हाई? कोरभर तुकडा टाका की; पार पाटावर येऊन बसतंय.

चुलता : अरं बाबा, कुनीबी म्हननारच की 'कुनाच्या लेकी? तर अशानं अशांच्या म्हून.'

हरी : न्हवं, पर ह्याचा आन् कुत्र्याचा काय संबंध?

चुलता : आरं, डागच लागला की जातीला. वरच्या पायरीचा माणूस गर्रकन खालच्या पायरीवर आला न्हवं!

हरी : मग काय बिघडलं? तुमी काय पांगळं हायसा? एक ढेंग टाकून बसायचं जाऊन वरच्या पायरीवर.

चुलता : काय बसतोस खुळ्या? आता आमच्या लेकी खपायच्या कुठं? यांना करून घेणार तरी कोण? त्यात आमच्या लेकी दिसायला आनी डाव्या! पुन्हा प्रश्न अवघड झाला का!

हरी : तुमी काय काळजी करू नका. त्यातल्या एकीचं आमी बगू.

चुलता : (उसळून) काय म्हनालास?

हरी : आमचं लगीन झालंय वो. एकीला कुनाच्या तरी गळ्यात फुडं होऊन बांधू म्हनलं.

चुलता : कुनाच्या गळ्यात बांधतोस?

हरी : न्हाई, आमचा चुलतभाऊ एक हाय फॅक्टरीत कामाला.

चुलता : तुझा चुलतभाऊ? अशा कुणाच्या तरी गावडुकराच्या गळ्यात बांधायच्या असत्या तर घरात बसवून ठेवल्या असत्या का रं आजपत्तूर?

हरी : मग बांधा दावण. (एवढ्यात बाहेरून गाडीचा आवाज येतो.)

हरी : (आत डोकावून) अरारा, जयसिंगराव मेव्हणं आलंया, मेव्हणं!

जयसिंग : कोण, दाजी?

चुलता : बरं झालं. आमच्या अंगावर जबाबदारी नको. ज्याचं तो बघून घील. (मेव्हणा बहिणीला ढकलतच आणतो. बहीण सारखी रडत असते. 'माझ्या संसाराचा इस्कोट झाला गं' असं म्हणत ती आत आईकडे जाते.)

चुलता : राम राम पाव्हणं. (मेव्हणा दखल घेत न्हाई. त्याला एक खांदा उडवायची सवय आहे. नुसता खांदा उडवतो.)

हरी : रामराम. (खांदा उडवतो. जयसिंगकडे बघून जवळ जातो. हऱ्या खुर्ची पुढे करतो.)

मेव्हणा : ही तुमची भन. आजपत्तूर चांगली नांदीवली. इथनं पुढं आमचा

तुमचा संबंध तुटला.

हरी : काय झालं?

मेव्हणा : काय झालं! (खांदा उडवतो) ती माझी बायकू न्हवं आन् मी तिचा दादला न्हवं!

हरी : लगीन लावलंया न्हवं?

मेव्हणा : (खांदा उडवतो.) आता नांदविणारा गाडाव आसंल. (पुन्हा खांदा उडवतो.)

हरी : काय केलं तिनं?

मेव्हणा : कोन? (खांदा उडवतो) ती काय करती? (खांदा उडवतो.) कापून टाकील ना?

हरी : मग!

मेव्हणा : हे न्हवंत का? (खांदा उडवतो) दिवटे— त्यांचे भाऊ! (जयसिंग रागाने वळून बघतो. हऱ्या त्याला शांत करतो.)

चुलता : पाव्हनं, बसा तरी.

मेव्हणा : कोन पाव्हना आन् कोन रावना? बसाया आलोय?

हरी : अवो वाईच जरा टेका की!

चुलता : बसा बसा.

मेव्हणा : कुटं? इथं बसू? आमच्यासारख्यांनी यावं, बसावं, असं काय उरलंय या घरात?

हरी : का? लिलाव झालाय का घरच्या फर्निचरचा?

मेव्हणा : व्हय. लिलावच झालाय. फर्निचरचा न्हाई, आमच्या आब्रूचा (हिणवून) हं, बसा! कुटं बसू?

हरी : अवो चांगला नवीन सोफासेट आनलाय घरात.

मेव्हणा : अस्सं!

हरी : व्हय! बेड-कम-सोफासेट.

मेव्हणा : कोन शाणा ह्यो? मर्दानु, जग सारं तोंडावर थुकाया लागलंया आमच्या!

चुलता : पर पावनं, जयसिंगरावाच्या भनीनं काय पाप केलंय?

मेव्हणा : आवं, काय बोलणं करता तुम्ही? का तुमची लेक आमी पदरात घेतली? खानदान घराणं म्हणून न्हवं? आता काय खानदानपणा राहिलाय तुमचा? (खांदा उडवत) बोला की— (काही क्षण स्तब्धता).

हरी : पर ह्यांचा खानदानपणा घेऊन तुमाला काय करायचा?

मेव्हणा : कोन शाणा ह्यो?

हरी : न्हाई, मी बोलतो हो.

मेव्हणा : खुळ्या.

हरी : आता शाणा म्हणाला की वो?

मेव्हणा : आरं अक्कलखंत्या.

हरी : काय झालं वो?

मेव्हणा : कोनीबी म्हणणारच की - अमक्याची बायकू ही अशान् अशा घरातली हाय! मग कशी नांदवावी आम्ही? काय आमी बेवारशी हाय? का आमाला कोन पोरगी देत न्हाई? शहान्नव कुळीचा (छातीवर हात मारतो) मराठा हाय मी जातीचा— आठ लग्नं करून दावू का? (खांदा उडवतो.)

हरी : म्हंजे एकापाठोपाठ एक?

मेव्हणा : एकापाठोपाठ एक का? एकदम म्हनलास... तर एकदम करून दावीन. आमच्याबी अंगात तेव्हढं पानी हाय, बरं का? ('बरं का' हे जयसिंगरावाला उद्देशून).

जयसिंग : हऱ्या! का भुकताय म्हणावं. आमी भ्येत न्हाई म्हणावं. हत्ती चलता है और कुत्ते भुकते है!

मेव्हणा : अस्सं! बघून घेतो. (जायला निघतो.)

चुलता : (हऱ्या व चुलता समजावतो. त्याला शांत करून बसवतात.) पावनं, तुमी डोक्यात राख घालून घेऊ नका. आमच्या तोंडाकडं बघा. अशी राख घालून घेवू नका.

मेव्हणा : तर मग काय तोंडाला पावडर लावून हिंडू?

हरी : न्हाई म्हंजी आवघडच झालंय जरा.

मेव्हणा : आवघड! आसं तसं काय, (खांदा उडवत) चांगलंच आवघाड झालंय!

हरी : (उठून) आता ह्या आवघडाच्या — काय करावं?

मेव्हणा : आता गंमत बघा. (हऱ्या कान देऊन बसतो.)

हरी : सांगा. ऐका हो!

मेव्हणा : काय ऐकता? खुळ्यानू, तान लागून माझा जीव याकुळलाय!

चुलता : (घाईनं) वयनीसाब, वयनीसाब.

हरी : (घाईनं) वच्छे, आन् पानी! पानी आन... (जयसिंगाची बहीण तांब्या-भांडे घेऊन येते. हऱ्यापुढे आणून ठेवते.)

मेव्हणा : पर पानी पीन म्हणता काय — ह्या घरात?

चुलता : आसं का करता? पान्यानं काय केलंय? तान मारू नका; घ्या पानी.

मेव्हणा : छा! मुळीच न्हाई. (नकारार्थी मान हलवतो.)

हरी : घ्या, घोटभर घ्या, पावनं... घ्या. (मेव्हणा नकळत भांड हातात घेतो.)

चुलता : जयसिंगराव, आता तरी बोला.

आई : आरं, बघ तुज्या डोळ्यांनी. सगळी माणसं तुटाय लागली.

जयसिंग : पर दाजी, आमच्या चुकीबद्दल आक्काला का दोष? तिनं काय गुन्हा केला?

मेव्हणा : (बसलेला उठून अभावितपणे पाण्याचा ग्लास तोंडाला लावत) तिनं काय गुन्हा केला? (भानावर येऊन) अरे देवा देवा! मेंदू सारा पागाळला.

हरी : आयला ह्या मेंदूच्या! काय झालं वो?

मेव्हणा : इसरल्यागत पानी पीत होतो बघा! (दात खात) काय करू ह्या पान्याला! (पानी हऱ्याच्या तोंडावर फेकतो. ग्लास फेकून देतो.)

जयसिंग : लई तमाशा करू नका दाजी. राहू द्या वच्छीला इथं आन् फुटा बघू इथनं.

मेव्हणा : आस्सं! एवढी मिजाशी आली? बघतो तुमच्याकडं. (तेवढ्यात बाहेरून घोड्याच्या टापांचा आवाज येतो.)

हरी : अरारा! जयसिंगराव — घोडं आलं, घोडं!

मेव्हणा : का? अजून वरात काढली न्हाई जणू?

जयसिंग : कुनाचं घोडं?

हरी : नुसतं घोडं न्हवं! घोड्यावर बसून तुमचा सासरा आलाय. (धावपळ करत खुर्ची पुढं आणून ठेवतो. सासरा येतो. हातात चाबूक, शिकारी पोशाख अशा थाटात तो येतो. हऱ्या खुर्ची पुढे नेतो. बसत नाही. सर्वजण रामराम करतात.)

सासरा : बाबा जयसिंगराव, आमच्या तीन प्रश्नांची उत्तरं द्या.

आई : आतमधी तरी या म्हणावं. तिथंच का उभं ऱ्हायाचं परक्यासारखं?

सासरा : बाबा जयसिंगराव, आमच्या तीन प्रश्नांची उत्तरं द्या.

चुलता : पावनं, असं धरणं धरून बसल्यागत दारात का उभं राहता? आत तरी या.

मेव्हणा : बरोबर हाय त्येंचं! व्हय.

हरी : आरं वा!

सासरा : जयसिंगराव, आमच्या तीन प्रश्नांची उत्तरं द्या. त्याबिगार ह्या

लवंगी मिरची कोल्हापूरची । २९

घराची पायरी चढणार न्हाई. बोला, जावयबापू... बोला, आमची लेक वांझुटी व्हती?

हरी : प्रश्न नंबर एक.

सासरा : काय तुमच्यासंगट ती नांदत न्हवती?

मेव्हणा : प्रश्न नंबर दोन.

सासरा : काय पाव्हनं या नात्यानं आमच्याकडनं काय गुन्हा झाला?

हरी : प्रश्न नंबर तीन.

सासरा : बोला घडाघडा.

मेव्हणा : बोलतोय का हत्ती?

हरी : मधीच कुत्री भुकत्यात. तो कसा बोलंल?

सासरा : बोला. ह्यातली एक जरी चुकी झाली असली तरी आलो तसं घोडं घेऊन माघारी जातो. काय मंडळी?

चुलता : तर! का सोडायचं — बरूबर हाय.

सासरा : आनी आम्हाकडं चुकी आसली — कुणीबी पुढं यावं — चूक दावावी — हा पठ्ठ्या पदरात घ्यायला तयार हाय.

मेव्हणा : लाख बोलणं — सोळा आणे.

हरी : बंदा रुपया.

सासरा : आमचा दाम खोटा आसल (सर्वांकडे बघत) तर मग भांडायचं काय कारण?

मेव्हणा : राईट! करेक्ट बोलणं.

सासरा : आन् जर आमची बाजू बरूबर आसल तर असंबी पोरीचं वाटुळं झालंय आन् तसंबी वाटुळं झालंय; तर आमी आता गप का बसावं सांगा. (हऱ्या जयसिंगकडे गयावया करून पुटपुटतो, जयसिंग त्याला झिडकारतो.)

मेव्हणा : गप का बसायचं? आवो, आमी गप बसत न्हाई. तुमी का गप बसता? लावा काडी!

सासरा : कुठं गप बसतोय? वकिली सल्ला घेऊनच आलोय. बोला घडाघडा. न्हाईतर पाच हजार जसा हुंडा दिला तसा आनी दोन हजार वकिलाला देतो.

हरी : ह्याला म्हणत्यात सासरा!

मेव्हणा : भले, भले!

सासरा : आनी ह्याची शहानिशा लावतो. पोटच्या लेकीपरास पैका जादा न्हाई मला! न्हाई ह्येला खडी फोडायला लावीन तर एका

अंगाची मिशी उतरून इथं पायरीवर ठेवून देईन!

जयसिंग : ठेवा, ठेवा. असं मिशी उतरणार लई बघितल्यात! (हऱ्या जयसिंगला समजावतो. जयसिंग झिडकारतो.)

सासरा : खोटं समजू नका जयसिंगराव. हायकोर्टात जावं लागलं तरी हरकत न्हाई. अपेश आलं तर मिशी उतरून ठेवतो का न्हाई ते बगा.

जयसिंग : अस्सं! मग उतरूनच जावा. आमी तोरान करून दाराला बांधू. (आतून आईच्या रडण्याचा आवाज.)

सासरा : आता निघालो तालुक्याला. (एवढ्यात बायकोच्या रडण्याचा आवाज)

हरी : (घाबरून) जयसिंगराव.

आई : भाऊजी, आडवा तरी त्यानला.

चुलता : (पुढं होऊन) पाव्हनं...

मेव्हणा : शाब्बास!

सासरा : खोटं वाटतंय व्हय? कायद्याचं टिपिशन लावतो मागं!

जयसिंग : हाणा घोडं. लीदबी गोळा करून घेवून जा म्हणावं. आमच्या दारात इथं घाण नको.

सासरा : अस्सं. आन् न्हाई कायद्यानं काम झालं तर जयसिंगराव, नीट कान खोलून ऐका. कुऱ्हाडीच्या दांड्याला उद घालतो. माझ्या लेकीनं तरी असलं कुक्कू काय म्हून कपाळाला लावावं? (आतून कपाळाला पट्टी बांधलेली बायको 'आबा आबा' करीत रडत येते. आतून आईचा रडण्याचा आवाज येतो.)

हरी : आगं बयो बयो.

सासरा : (लेकीला जवळ घेत) काळजी करू नको पोरी. माझ्या मिशीचं तोरान करून तरी ह्या दाराला बांधीन. न्हाईतर ह्याच्या रक्ताचा टिळा तरी तुझ्या कपाळाला कुक्कू म्हून लावीन. लेक इधवा झाली तरी बेहत्तर! (चुलता त्याला समजावण्याचा प्रयत्न करतो. बहीण गळी पडते.)

हरी : (त्याच्या कानाशी) आवो जयसिंगराव, खून कराय निघालाय? खापलल्याबिगार न्हाई सोडायचा. उठा. गपकन पाय धरा. कायच्या बाई होवून बसल!

जयसिंग : काय करावं?

हरी : काखा वर करा. हीच वेळ हाय. सगळं सांगून मोकळं व्हा.

(जयसिंग उठतो. कपाळाचा घाम पुसतो.)

जयसिंग : (घुटमळत) मामा, तुमच्याशी जरा बोलायचंय.

हरी : व्हय, जरा खाजगी हाय.

सासरा : काय बोलायचंय? (मुलगी आत जाते. जयसिंग पाय धरायला पुढे येतो तसा) लांब उभं राहूनच बोला.

जयसिंग : मग जरा आत या.

सासरा : काय जेवायचं हाय का आत येवून?

जयसिंग : न्हाई, एक गोष्ट बोलायची हाय.

हरी : जरा शिक्रेट.

सासरा : का? करायला न्हाई लाज वाटली? बोलायला लाज वाटती? लई चांडाळपणा शिकला की वो. बोला न्हाईतर निघालो. (पुन्हा आत रडण्याचा आवाज. चुलता आडवतो.)

हरी : आवरा — आवरा. सांगा की राव.

जयसिंग : खरं म्हनलं तर मामा, म्या अजून लगीनच केलेलं न्हाई. (चुलता, सासरा, मेव्हणा सगळे 'काय, काय' असे विचारतात.) खरं सांगतो, म्या अजून लगीनच केलेलं न्हाई.

सासरा : सारा गाव साक्ष देतो आन् तुम्ही मला थापा मारता?

हरी : आवो, खरंच थापा न्हाई.

सासरा : थापा न्हाईत तर काय थापांचा बा?

जयसिंग : खोटं बोलत न्हाई मी.

सासरा : खोटं बोलत न्हाई तर आत आणून बशिवलीत ती कोन हाय?

जयसिंग : तो एक इतिहास हाय.

हरी : व्हय, मस्तानी-बाजीराव प्रकरण हाय, तसा.

सासरा : कसला इतिहास आन् कसला भूगोल? काय सांगता जयसिंगराव? आवो, नुसती बाई ठेवली तर जग बोलत नसतं असं. एवढा कालवा उडतो व्हय? आमीबी मस्त आनुभवी हाय. एकांदं अंगवस्त्र असायला हरकत न्हाई. कोन नको म्हनतंय? (सर्वजण होकार देतात.) का हो?

हरी : बराबर हाय. आवो, घरी मोटार है म्हनल्यावर त्याला एकादी स्टेपनी लागतीच की.

सासरा : काय हरकत हाय? पण एवढा गवगवा का?

जयसिंग : त्यो आमीच कालवा केलाय. इचारा की हऱ्याला. काय हऱ्या!

हरी : खरं हाय. लगीन लावल्याचा नुसता शीन दावायचा हुता; म्हंजी

भास समजा की ह्यो. आन् त्यो भास खरा वाटावा म्हून दिसभर आम्हीच गावात बोंबलत सुटलो. आवो, हे नरसोबाच्या वाडीला गेलंच न्हवतं. नुसता शीन — नाटाक.

मेव्हणा : आरं वारं वा!

हरी : आन् मग?

सासरा : (भलताच खूश होऊन एकदम जयसिंगशेजारी येऊन हऱ्याला विचारतो.) हं! कसं कसं म्हनता?

हरी : आवो, बंदुका घेवून असं विचारावं बघा! पार धोतरं वल्ली व्हायची येळ आली हुती राव आमची. आवो, ह्यांची नरसोबाची वाडी हितंच गावंदरीला उसाच्या फडात हुती.

सासरा : (जयसिंगला थोपटत) म्हंजी वाडीला गेलंच न्हवतं?

हरी : वाडीला कुठलं जात्यात. फडात बसून जेवणखान केलं. झकास दुपारची झोप मारली आणि बसले लोळत. ते बघा सगळ्या अंगावर वघूळ हैत.

मेव्हणा : म्हंजी!

हरी : काम काय दुसरं? कडाकड ऊस खात राहिले आन् कडूसं पडल्यावर अंग झटकून बिटकून आले वाड्यावर दोघेजण.

सासरा : वा रे डाव! जयसिंगराव, किती मार्क देऊ म्हंतो मी? बोला, किती मार्क देऊ?

हरी : कसं जावई हैत! पन लावून तरी मिळल का असला?

सासरा : छा! छा! बोलायचं कामच न्हाई! पार चित केलं राव आमाला! अगदी धोबी पछाडच मारली बघा!

हरी : आवो, जावई कुनाचं हैत?

सासरा : (जावयाला) आता चांगली दोन तोळ्यांची आंगठी करूनच घालतो!

हरी : मस्त तीन आंगठ्या हैत की बोटात!

सासरा : मग चार तोळ्यांची पोची हातात बांधू?

हरी : छे! छे! पोचीनं काय होतंय! एक फटफट घेवून द्या — मोटारसायकल! साडेतीन हार्सपावर. नुस्तं फाटफाट वाजाया पायजे.

सासरा : दोन हजार खिशात घालूनच निघालोय. का फुकाट वकिलाच्या मुड्ड्यावर घालायचं?

हरी : बरूबर है. वकिलाला का द्यायचं? त्यो का तुमचा जावई है! मामा, त्यात आनी एक हजार मिळवा.

सासरा : एक! आनखी दोन हजार घालतो आन् चांगली चार हजाराची

फटफट घेवून देतो ह्या माझ्या वाघाला— डब्बलशीट!

हरी : वा वा! आन् स्टेपनीचं काय करणार? तिब्बल शीटची पायजे. फटफटीला जोडलेलं एक डबडं मिळतंय बघा.

सासरा : अगदी... घेतली म्हून समज. (सर्वजण हसतात.)

हरी : आन् बरं का? काखा वर करायचा डाव आमचा!

सासरा : तुलाबी एक पटका बांधतो आहेर म्हनून.

हरी : आवो, निदान कोसा तरी घ्या.

सासरा : कोसा! आरं चांगला बादली बांधतो बादली — जरीकाठी.

हरी : चांगला डाळिंबी वानाचा घ्या. खासबागेत जर कुस्ती बघाया गेलो तर उठून दिसाया पाहिजे. इचारलं पाहिजे लोकांनी, कोंचे म्हाराज आल्यात म्हणून. (एवढ्यात आतून सुंद्राच्या आईचा आवाज येतो.)

सुंद्राच्या आई : का माझ्या लेकीचा केसानं गळा कापला? अरे हऱ्या, आरं बाब्या, आब्या, जयसिंगराव, का माझ्या लेकीचा केसानं गळा कापला रे? हऱ्या... (सर्वजण चकित होऊन बघत राहतात.)

हरी : ओ. हे केळवाण आलंय! आता लगीन काही सुटत न्हाई.

सासरा : हरीपंत, ह्यो आवाज वळखीचा वाटतोय. कस्तुरी तर न्हवं? (सुंद्राची आई जवळ येते ती रडतच. केस सुटलेले. कपाळातून रक्त येतंय. सुंद्रा धावत येऊन आईच्या गळ्यात पडते. हऱ्या खाटेच्या मागे लपून बसतो.)

सुंद्राची आई : (जयसिंगाकडे पाहून) लगीन लावतो म्हून माझ्या पोरीला भाईर काढली आन् फसवून घरात ठेवलीस व्हय रे वाद्या? मला सारा डाव कळलाय तुमचा. फडं पाण्यात बुडवलं म्हणून वास मारायचा ऱ्हातोय व्हय! कुठं हाय त्यो हाऱ्या? कुठाय त्यो बाब्या? आरं चांडाळांनू, पोरगी फितीवली म्हणून फिर्याद ठोकते तुमच्यावर. फौजदार आणून दारात बसवते. (तारा दारात येऊन उभी राहते.) कुठाय तो हऱ्या?

हरी : (लपलेला) हऱ्या मेला म्हणावं पटकीनं. (हऱ्याला पाहताना एकदम सासऱ्याकडे पाहून चपापते.)

सुंद्राची आई : ए बया! पाटील... तुमी?

सासरा : काय भानगड हाय कस्तुरे? (सासरा व मेव्हणा एकमेकांकडे बघतात.)

सुंद्राची आई : आवं, ह्यांनी आपल्या सुंद्रीला फसीवली ना. लगीन करतो म्हनाला आन् तशीच घरात घातली. आवं, ह्या चांडाळांनी केसानं गळा कापला की वो माझ्या पोरीचा!

सासरा : बरा कापू दिन मी? जयसिंगराव, लवकर लगीन उरकून टाका.

सुंद्राची आई : (आपल्या लेकीला) पाया पड.

सुंद्रा : कुनाच्या?

सुंद्राची आई : बाप हाय तुझा! (आई सुंद्राला खुणावते. ती सासऱ्याच्या पाया पडते.)

सासरा : तारे, हिला आत घेऊन जा. (तारा घेऊन जाते.)

जयसिंग : म्हंजे?

सासरा : म्हंजे, काय सांगतो ते नीट ऐका. पहाट व्हायच्या आत लगीन झालं पाहिजे.

हरी : ते जमणार न्हाई.

सासरा : कोन बोलला? खापलून काढीन! का जमणार न्हाई?

हरी : बाबा तिरसिंगराव, आमच्या तीन प्रश्नांची उत्तरं द्या!

मेव्हणा : शब्बास!

हरी : ऐका! जयसिंगरावांना तिब्बलशीट फटफटी घेऊन देणार का न्हाई ते सांगा.

मेव्हणा : प्रश्न नंबर एक.

हरी : जावयाच्या दोस्त मंडळींना फेटा बांधणार का न्हाई ते सांगा.

मेव्हणा : प्रश्न नंबर दोन.

सासरा : अरे, बांधला म्हणून समज.

हरी : आता तिसरा प्रश्न फार महत्त्वाचा हाय! चांगलं कान खोलून ऐका! तुमी एक शरम! तुमचा जावाई बेशरम! तुमी एक स्टेपनी ठेवली. तुमच्या जावयानं एक स्टेपनी ठेवली...

सासरा : अरे, ठेवणार ठेवणार!

हरी : मंग आमच्या स्टेपनीची व्यवस्था करा!

(पडदा पडतो. मध्यंतर.)

■

अंक दुसरा

(पडदा उघडतो व वग सुरू होतो.)

संसाराच्या नावानं चांगभलं, शिव्यांची फुलं, माराचा रंग
दोन बायकांनी केली कला, नवऱ्याचा झाला, जसा मुडदुंग
इरेसरीनं भांडती दोघी, पैसा खरचला जागोजागी,
म्होरली गंमत बघन्याजोगी,
बिनपैशात तमाशा असला, गावा दिसला, खरा तिनरंगी!

(भांड्यांची आदळआपट. घरात बायकांचे भांडण चालू आहे. जयसिंग वैतागून
डोके आपटीत बाहेर येतो. एवढ्यात हरी प्रवेश करून)

हरी	:	(कान देऊन) अगं आय आय! नुसता दणका उसाळलाय. काय जयसिंगराव, रेडिओ लावून बसलाय?
जयसिंग	:	बसलोय सकाळचं प्रभातवंदन आयकत. कसा झडाया लागलाय बघ सनई चौघडा!
हरी	:	मला नवल वाटतं.
जयसिंग	:	कशाचं?
हरी	:	न्हाई... लोकांच्या बॅटऱ्या दिवसेंदिवस उतरत जात्यात; पर तुमच्या बॅटऱ्या चढतच कशा जात्यात?
जयसिंग	:	बाबा, डबल बॅटरी हे! संसाराचा इस्कोट झालाय बघ माझ्या.

(पुन्हा बायकांचे ओरडणे. भांड्यांची आदळआपट.)

हरी : अगं आय आय! हवा वादळी हाय जणू. लई खरखर करतंय, ऐतिहासिक नाटक हाय का काय म्हणावं! फायटांफायटी चाललेली दिसती. शिंग तरी फुकू काय? (आबुराव येतो.) येळेवर आला बगा.

आबुराव : ताटं वाढून ठिवल्यात?

जयसिंग : दु:खाचं ताट वाढून ठेवलंय आबू. हऱ्या, आबुराव आमाला ह्या संकटातून सोडवा बाबाहो. (पुन्हा आदळआपट, रडण्याभेकण्याचे आवाज.) आता उठून आंगभरून ठोकू तरी का ह्यास्नी? आरं, तोंडं हैत का मांगाची हलगी? तारे! सुंद्रे! (एवढ्यात खंडोबाचा वाघ्या येतो.)

वाघ्या : सकाळच्या येळी दारात वाघ्या आलाय खंडोबाचा. काहीतरी दानधर्म करा.

जयसिंग : दान केलं तर घेशील का? (झोळी पसरतो.) झोळी काय पसरतोस? दावं आण. दोन बायका हैत तेवढ्या घेऊन जा. (आतमध्ये पुन्हा गडबड.)

वाघ्या : आवाज कसला येतो? काय गडबड दिसती?

हरी : दोन बोलके सिनेमे आत सुरू हैत.

वाघ्या : असू दे. बुवाची एक गोष्ट ऐकून घे.

बाबुराव : बाईची असली तर काढ.

वाघ्या : भल्या घरचा माणूस दिसतो; पर नशिबात सुख दिसत न्हाई.

बाबुराव : हात बघतोस का?

वाघ्या : बघू. (हात बघून) सद्याला इवंचना चालू हाय. दोन महिने गडबड करू नकोस. पुढं हातात धरशील त्यात यश यील. सद्याला पीडा मागं लागलीया.

हरी : दोन महिन्यांनी वैशाख येतोय. ह्याचं लगीन हुईल का बाबा?

वाघ्या : म्हंजी अजून झालं न्हाई?

बाबुराव : आन् मग बाबा तू हात कसला बघतोस?

वाघ्या : हातात संसाराचं सुख दिसत न्हाई.

जयसिंग : ते भोगतोच आहे. तुमी जावा.

वाघ्या : शनीची पीडा हाय. दर शनवारला मारुतीला त्येल घाल. पिंपळाच्या झाडाला प्रदक्षिणा घाल, सुक लागल. वाघ्याला लई न्हाई, एक रुपयाची एक नोट दे. नाव काय तुझं?

हरी : जयसिंगराव, जयसिंगराव.

वाघ्या : सोळा अक्षरी नाव हाय.

आबुराव : मग एकूण काय सोळा बायकांचा चानस हाय का?

वाघ्या : डोक्यावर कल्पतरूची छाया हाय. विच्छा असली तर बारा करून घेशील. आता किती हैत?

हरी : हैत दोन; पर डझनाला भारी हैत!

जयसिंग : ए वाघाड्या, हो चालता. वटवट करू नकोस.

वाघ्या : तुझं साक्षरी नाव हाय. दुनियेत झेंडा लावशील. बुवाला ज्यास्त काही नको. बारा आण्याचं पैसे आणि सा जातीच्या कडधान्याची भिक्षा घाल. तुझं कल्याण होईल. घालतोस का?

जयसिंग : झालंय तेवढं रग्गड झालंय. आता जातोस का हाणू जोड्यानं? (पुन्हा बायकांचा आवाज.)

वाघ्या : खुद्द बायकाच का? (तारा केरसुणी घेऊन येते. केस सुटलेल्या अवस्थेत.)

तारा : कुठं हाय ती सुंद्री? (वाघ्या पळून जातो. सुंद्रा येते. तारा मारायला धावते. हऱ्या आडवतो. तिला घरात घालवतो.)

सुंद्रा : बघ कशी अंगावर येते मांजरावाणी. ह्येच्यासाठी माझा गळा गुतावला व्हय? आरं वाद्या, मला मारून तरी टाक. हिचा सासुरवास सहन हुईना. काय करू बया? (बसून डोके आपटीत राहते.)

जयसिंग : सुंद्रा, सुंद्रा, तुझ्या पाया पडतो. का इनाकारणी सुखाच्या जीवाला दु:खाचा बिब्बा घालता?

सुंद्रा : मी? आन् बिब्बा घालते? व्हय, बाबा मीच वाईट. माझं तेवढं तोंड दिसतंय. काय करू ह्या तोंडालाऽऽ (थोबाडीत मारून घेते.)

जयसिंग : सुंद्रा, सुंद्रा, असा का तरास करून घेतीस? मी हाय न्हवं तुला?

तारा : (प्रवेशून) तू तिला हैस आन् मला कोन रं बाबा? मला पांजरपोळात नेऊन घाल आन् मग तिला जवळ घेऊन बस.

सुंद्रा : बशीनच, हौसंसाठीच केलीया मला. (त्याच्या खांद्यावर मान टाकते.)

तारा : बया बयाऽऽ ह्या संसारात माझी परवड झाली गंऽऽ बया. (रडते.)

जयसिंग : तारा, तारा, अगं, का हाणून बडवून घेता? आता काय करू तरी काय?

हरी : भजन करीत बसा. चांगल्या दोन भक्कम टाळ-चिपळ्या

मिळाल्यात.

तारा : माझ्या गळ्यात चिठ्ठी बांधून कुठंतरी सोड मला.

जयसिंग : असं का बोलतीस तारा? आगं सोडायला करून घेतलीया व्हय तुला?

तारा : बाबा, हऱ्या.

हरी : ओ.

तारा : बाबा, आबुराव.

आबुराव : ओ.

तारा : बाबानुं तुमी तरी न्याय तोडा. सांगा, तुमीबी आपल्या बायकांशी असंच वागता का?

हरी : छ्या! छ्या! काय बोलणं करता वयनी? रोज सकाळी उठून आम्ही आमच्या बायकास्नी साष्टांग दंडवत घालतो!

आबुराव : डब्बल वयनींनो, मी एक सांगू? माझं बोलणं कडू लागल; पण गुणकारी हाय. असं रोज भांडून का घराला दळिंद्र आणता? निदान (जयसिंगकडे बोट दाखवून) ह्या गड्याकडे बघा.

हरी : दोन बायकांच्या संसारात हा सिंहासारखा गडी शेळी होऊन गेलाय!

तारा : अस्सं! माझीच चूक. (आत जाते. वरवंटा घेऊन बाहेर येते. आबुरावाच्या हातात देते.) बाबा आबुराव, माझं काय चुकत आसल तर घाल हा वरवंटा माझ्या टाळक्यात आन् पटकिन्या परान घे माझा.

सुंद्रा : आबुराव, घाला डोसक्यात. नका भिऊ.

हरी : आन् जा काळ्या पान्याच्या नोकरीवर. परमनंट जन्मठेप.

तारा : व्हय, मी परवानकी देतो. घे परान माझा. घाल डोसक्यात माझ्या. (त्याच्यापुढे येऊन बसते.)

जयसिंग : बाबा माझ्या डोसक्यात घाला. चूक मी केली. तारे, सुंद्रे, आगं, ह्यानं काय पोट भरनार हाय? का तमाशा दावाया लागला लोकास्नी? चला बघू गप आत.

सुंद्रा : आ! तमाशा म्हणायला आमी काय नागव्या नाचाया लागलोय व्हय? शाप जानार न्हाई आत. तिला आधी गप कर. आडणा घाल तिच्या तोंडाला.

तारा : बाबा, आधी एक दाभण घे आनि चांगलं दुपदरी सुतळीनं तिचं तोंड शिव. बघ किती वचवच करती!

जयसिंग : आता काय करावं? हऱ्या, तू तरी सांग.

लवंगी मिरची कोल्हापूरची । ३९

हरी : मी आता डायरेक्ट संरक्षणमंत्र्याला फोन लावतो. ह्यांचा लई उपेग हुईल. पाकिस्तानच्या बार्डरवर ह्या दोन तोफा लावल्या म्हंजे शत्रूसेना पाठीला पाय लावून पळल बघा. अहो, उखळी तोफा हैत!

जयसिंग : अगं, आता पुरे की. बास झालं.

सुंद्रा : काय फुरे? एक ती तरी नांदल न्हाईतर मी तरी नांदल.

जयसिंग : सुंद्रा, सुंद्रा, तुमाला आता काय करू! का आपली अब्रू जगाला दावता? काय धुडगुस घालायचा तो घरात घाला.

सुंद्रा : तिला सोडचिठ्ठी देतो म्हण, तवा मी घरात जाईन.

तारा : अगं, तुझ्या तोंडात किडं पडलं! मी बरी सोडचिठ्ठी घेईन? माझ्या बानं चांगला पाच हजार हुंडा देऊन लग्न करून दिलंय.

हरी : व्हय! बरं का तारावयनी, पाच हजार दिल्यात न्हवं? मग ह्याला चांगला मोटंला जुपत जा — चोवीस घंटे. कशाला सोडताय?

तारा : व्हय, जुपीनच. काय हिच्यासारखी कचऱ्याच्या ढिगातनं उचलून आनलंय काय मला?

जयसिंग : (तोंडात मारून घेतो.) रामराम! मी जातो कुटंतरी आता. अंगाला राख फासतो, आन् देशांतर करतो. (तेवढ्यात सुंद्रा पुढे येऊन धोतर धरते.)

सुंद्रा : असा गोसावी होऊन जाणार व्हतास तर माझा गळा कशाला गुतविलास?

जयसिंग : (वाकून तिचे पाय धरतो) माउली, चुकी झाली आमची!

सुंद्रा : का करायची?

जयसिंग : आता फिरून न्हाय करणार?

तारा : अगं, बयाऽऽ बयाऽऽ (त्याचा कान धरत) खाली वाकून असं बायकोचं पाय धरायला काही लाजलज्जा हाय का न्हाई? काय दुसरं लगीन केलं तवा सगळी विकून टाकली व्हय?

सुंद्रा : आरं माझ्या भोगा, काय म्हणावं तरी ह्येला! (गालगुच्चा घेऊन) बायको त्येचा कान धरती आन् ती वाकवील तसा ह्यो वाकतो.

जयसिंग : काही म्हणू नका. तुमी दोघीपण कान धरा. देवानं दोन कान दिल्यात.

सुंद्रा : अगं, बया बया, दोघी कान धरू!

जयसिंग : मी तुमा दोघींच्या पाया पडतो. पाय जुळवून उभ्या रहा. काय तमाशा लावला ह्यो!

हरी : थांबा, थांबा. आमी डोळं झाकतो अणि मग पाया पडण्याचा कार्यक्रम करा.

सुंद्रा : (पकडून) हऱ्या, मी म्हणते तू तरी सांग.

तारा : (पकडून) आबुराव, तुमी तरी सांगा. (ते तिघेजण पळून जातात.) (जयसिंग तोंडात मारून घेतो व डोळे पुसत बसतो आणि दोघी घरात निघून जातात. बाहेर चोळक्याची हाळी कानावर येते— काय घ्यायचे का खण, शहापुरी, धारवाडी, बेळगावी खऽऽण...)

सुंद्रा : ये चोळक्या, बाबा इकडे ये!

जयसिंग : कशाला हाक मारतीस सुंद्रे? अंगावर चोळी न्हाई व्हय? काय उघडं बसायची पाळी आलीया?

सुंद्रा : थोरलीला इचार की!

जयसिंग : तिला आणखी काय इचारू?

सुंद्रा : गेल्या मंगळवारी तिनं न्हाई घेतला व्हय खण? काय अंगात घालाय चोळी न्हवती?

जयसिंग : चांगला—चांगला न्याय झाला!

सुंद्रा : आ! वर माझा न्याय काढतोस? माझ्या भावाला शिकायला घरात आणून ठेवला; तर इरेसरीनं तिनं पण एक भाऊ आणून ठेवला. हे खपतं व्हय? आणि मी खण घेतला, ते खपत न्हाई? (चोळक्या बसतो.)

चोळक्या : कसला खण काढू बाईसाहेब?

सुंद्रा : सगळे वाण दाव बाबा.

जयसिंग : अगं, सतरा जागी गाठी मारून मी धोतर नेसायला लागलोय!

सुंद्रा : बाबा, चांगला उच्चपैकी काढ.

जयसिंग : सुंद्रे, ऐक माझं.

सुंद्रा : चांगला जरी-रेशमी काढ. माझ्या सवतीला दिला त्यापरीस चढ काढ.

चोळक्या : हे वाण बघा— स्वस्त हैंत.

सुंद्रा : स्वस्त नको. सवतीपरीस चढ काढ. अस्सल रेशमी.

चोळक्या : हे बघा.

जयसिंग : काय किंमत बाबा?

चोळक्या : जास्त नाही. फक्त सात रुपये.

जयसिंग : सात रुपये!

सुंद्रा : ह्यापरीस भारी न्हाई बाबा?

जयसिंग : सुंद्रे, अगं, काय देणार ह्याला? पैसे कुठं हायत?

सुंद्रा : उधारी करायची. मांडून ठेवायचं. काय न्हाय म्हंतो व्हय?

चोळक्या : व्हय, तुमी कुठं पळून जाता? ठेवतो की मांडून.

जयसिंग : अरे, काय काय मांडणार? मला एक कुठंतरी मांड. (तारा येते.)

तारा : खण घेतेस माझी बाई?

सुंद्रा : का गं माझी ताई?

तारा : उघडी हायस व्हय?

सुंद्रा : लागलं का तुझ्या पोटात चावाया?

तारा : मी घेतला म्हणून तू घेतेस व्हय?

सुंद्रा : व्हय, व्हय! तुझ्या इरेसरीवर घेतो! काय म्हननं हाय तुझं?

तारा : मग मला इरेसरी न्हाय व्हय? काढ बाबा, मलाबी एक खण काढ.

सुंद्रा : तिनं एक घेतला तर मला दोन काढ!

जयसिंग : वा वा खरेदी! आता अस करा— मी जातो घर सोडून आन् ह्या चोळक्यालाच ठेवून घ्या. (चोळक्या हसतो.) का दात काढतोस? पाया पडू का? ऊठ बाबा. (सुंद्रा आणि तारा चोळक्याला धरतात.) नुसतं खण विकतोस? लुगडी न्हाई का ठेवलीस?

चोळक्या : पुढच्या खेपी लुगडीबी आणीन.

सुंद्रा : एवढं पोटात चावतंय तर राहू दे बाबा. शिवून घेतल्यावर अंगावर उठायचं. आमचं नशीबच फुटकं! प्रत्येक गोष्टीत दुजाभाव.

जयसिंग : सुंद्रे, सुंद्रे! काय दुजाभाव केला मी?

सुंद्रा : सांगू का एकएक! तिच्या भावाला तेवढी नवी पाटी घेवून दिली न्हाई का?

जयसिंग : अगं सुंद्रे, जुनी पाटी फुटली म्हनून नवी घेवून दिली.

सुंद्रा : असं व्हय! फुटली म्हून आनली व्हय? (रागाने आत जाते.)

तारा : एक आठ आन्याची पाटीसुदीक तिला बघवंना झाली गं बया. कुठं पांग फेडील म्हनतो मी? कसं डोळ्यात सलतं बघा!

जयसिंग : बघायला लागलोय तारे. आता काय काय बघू? (सुंद्रा पाटी घेऊन येते.)

सुंद्रा : काय म्हनलात? जुनी पाटी फुटली म्हनून नवी आणून दिली व्हय?

जयसिंग : व्हय सुंद्रे, जुनी पाटी फुटली म्हनून नवी आणून दिली.

सुंद्रा : मग आमची पाटी काय फुटत न्हाई व्हय? (पाटी फोडून ती तुडवत राहते.) ही बघा, पाटी फुटली. आता द्या आणून माझ्या भावाला नवी पाटी.

जयसिंग : अरे अरे! चांडाळणींनो, काय विध्वंस चाललाय हा? अरे, एक धोतराचं पान घ्यायचं तर माझ्या जिवावर आलंय आन् तुमी काय संसार पेटवायला निघालाय?

तारा : तू तरी का गप बसतोस? (त्याच्या दंडाला धरून ढकलते.) जा, तूबी कापड घेवून ये की. (सुंद्रा तारीच्या अंगावर धावून)

सुंद्रा : जवा न कवा दाल्ल्याच्या अंगाबरोबर झोंबी खेळतेस; तुला कोन वाटला ग दाल्ला म्हणजे? सोड त्याचा हात.

तारा : आगं, त्याचा हातच काय, गालाचं गचवाट बी काढीन!

सुंद्रा : काढ बघू. काढ, कशी काढतेस बघतेच मी!

तारा : काय करनार हैस तू माझं? हे बघ, घेतलं त्याचं गचवाटं (त्याचे गालगुच्चे घेते) काय करतीस बोल.

सुंद्रा : (दुसरा गाल धरून) असा कसा रं तू मातीचा गोळा जलमलास! तुला राग कसा रं येत न्हाई माझ्या वाद्या? (पाठीत धपाटा मारते.)

जयसिंग : काढा काढा — गचवाटं काढा, कान धरा. डोस्क्याचे केस उपटा. एकीला दोघी झाल्या. सारक्याला वारक्या मिळाल्या. चांगलं नाचा छाताडावर. मी आता देशांतराला जातो! जय अलख निरंजन! (तो पळून जातो व बायकाही आत जातात. वग म्हणणारा पुढे येऊन)

होऊ नये ते आलं घडून, नवरा गेला पळून घरच्या जाचाला
दोघींना गवसलं कारण, दोघींची धारण बसली पाचाला
समझोता केला दोघीनी, झाल्या जिवलग दोन मैत्रिणी
सवती असून झाल्या भयनी भयनी
अशी किमया झाली न्यारी, ऐका तर खरी, देवाची करणी!

(वग म्हणणारे लोक निघून गेल्यावर तारानं डोक्याला पदर बांधून घेतला आहे. तारा सुंद्रा रिंजीशा होऊन बसल्या आहेत असे दृश्य. मुसमुसणे चालू. काही क्षण जातात.)

तारा : सुंद्रा, कुठं गं गेलं? असं कुठं गपगार होवून बसलं? असं कसं

तोंड घेवून तिकडंच गेलं? (सुंद्रा उठून तिला जवळ करून समजावते.)

सुंद्रा : गप. गप गं बया... म्याच हलकट. धाकली असून तुझं खपवून घेतलं न्हाई. तू तरी काय करशील गं?

तारा : असं नको बोलू. म्याच तुला भैन म्हनून सांभाळली असती तर असं कशानं झालं असतं? अगं बया (नाक पदरात शिंकरून) डोस्कं नुसतं उठलंय बघ. पिठाची गिरनी चालू हाय असं वाटतं डोस्क्यात!

सुंद्रा : थांब जरा. (लंगडत उठून काहीतरी शोधते.)

तारा : बाई, का लंगडतीस गं?

सुंद्रा : असूं दे... काटा मोडलाय पायात.

तारा : मग एका जागी तरी बसून राहा गं बया. काय धुंडतीस?

सुंद्रा : डोस्कं उठलंय न्हवं तुझं? नखभर कुठं मेंथाल हाये का बघतोय गं! (इकडे तिकडे शोधते. शोधून) बाई तीन-तीनदा हातात घेवून पुन्ना खाली ठेवतोय. धड हाताला कळंना झालंय. डोळ्याला दिसंना झालंय. (रडते.)

तारा : (तिला जवळ घेऊन समजावीत) उगी उगी. नको रडू बया. पाय फुढं कर तुजा; काटा तरी काढतो.

सुंद्रा : (गळा काढून) आमचं राजंऽऽ कुठंऽऽ गपगार झालं? एक दिवस काय जेवलं खाल्लं न्हाई.

तारा : उगी उगी बया उगी. (तिची मान खांद्यावर घेऊन थोपटते. आबुराव, बाबुराव, हऱ्या येतात.)

हरी : काय तार-बीर आली का काय म्हणावं?

बाबुराव : कसली लेका तार?

हरी : न्हाई एवडा कालवा चाललाय. जयसिंगनं काय जीव दिला का काय म्हनलं?

आबुराव : इचारू तरी... वयनी...

तारा : कोन?

आबुराव : आमीच हे.

सुंद्रा : आबुराव (हुंदका)

आबुराव : ओ.

सुंद्रा : बाबुराव (हुंदका)

बाबुराव : ओ.

सुंद्रा : हरीपंत.

हरी : ओ.

तारा : (सूर काढून) आमचंऽऽ राजंऽऽ कुठंऽऽ गेलंऽऽ असत्याल?

सुंद्रा : कुटं राहात असत्याल? कुटं खात असत्याल? कुटं झोपत असत्याल?

हरी : ओ वयनी, जावू द्या. काय रडताय? मरूं द्या की त्याला. लई कंजूष व्हता.

तारा : असं का म्हनता हरीपंत?

हरी : नाईतर काय. आयला कवतिक नाय बगा त्याला तुमचं!

बाबुराव : हो हो, कधी खूश होवून शालू घेतलाय का? कधी फिरायला नेलंय?

आबुराव : कधी शिनीमा न्हाई. नाटक न्हाई.

सुंद्रा : नका असं बोलूं. जखमेवर मीठ चोळू नका आमच्या.

बाबुराव : एक पाटी फुटली तर केवढी बोंबाबोंब करीत व्हता?

तारा : बाबुराव, नका काळजाला भोकं पाडू. आमी लई तरास दिला त्यानला.

हरी : कसला तरास! आहो, अशा बायका एखाद्या गुलजाराला जर मिळाल्या असत्या, तर त्येनी वाड्यात त्यांच्यासाठी लुगड्याचं दुकान खोललं असतं बगा. रोज तीन लुगडी. सकाळी एक वाण — दुपारी एक — संध्याकाळी एक वाण — रात्री एक वाण.

बाबुराव : रातीला कशाला? कुनाला दावायचं म्हंतोय मी? (सगळेजण 'कंजूष व्हता. कंजूष व्हता. मरूं द्या,' असे म्हणतात.)

दोघी : (एका सुरात) लोकं अशी घालून-पाडून बोलत्यात.

आबुराव : तुमच्या पाया पडतो. मेलेल्याला काय धोपाटे घालता? त्यांना कुठून तरी शोधून आणा.

सुंद्रा : कुठं पाताळात आसला तरी सोधून काढा. आमी आमचा जीव गहाण टाकू. वाटेल तेवढा पैसा खर्च करूं.

हरी : वयनी, शोधून काढू. पर तुमी तुमचा पहिला नीट इचार करा.

तारा : बाबा, पुन्हा अशा वागलो तर तुमच्या हातानं आमचं खांडुळं करा, पोत्यात भरा आन् हिरीत ढकलून द्या. (तिघे एकमेकांकडे बघत असतात.)

सुंद्रा : (गळा काढून) आमचं राजं कुठं गपगार झालं? असं कसं तोंड

घेऊन तिकडंच गेलं? (चोरून त्यांच्याकडे बघते.) काय खात असत्यान, कुठं झोपत असत्याल...

हरी : त्रिखंड पालथा घालतो आन् त्याला शोधून आणतो. जावू मग आमी? (दोघी पाय धरतात.) (ढोलकीचा तोडा. हऱ्या, आबुराव, बाबुराव जगपर्यटनासाठी निघाले आहेत.)

आबुराव : जगपर्याटन म्हंतूस; उडत जायचं का पवत जायचं?

हरी : चल लेका, जे येळेला गावंल ते धरू... (रॉकेटचा प्रवास करून)

बाबुराव : हो. हो. कुठं आलो आपुन?

आबुराव : आयला लई थंडी वाजतीय हो!

हरी : बरफच पडतोय . उनाचा पत्या न्हाई.

बाबुराव : सालं, धुक्यानं डोळ्यांत बोट घातलं तरी दिसत न्हाई.

हरी : मग ल्येकानो लंडनच ह्ये.

आबुराव : लंडन?

हरी : व्हय, लंडन.

आबुराव : पर कायरे, ह्या एवढ्या लांब सातासमुद्रापलीकडं यील का आपला जयसिंग?

हरी : वाघासारख्या दोन बायका पाठीशी लागल्यावर यीलच की!

बाबुराव : पर हऱ्या, लंडन म्हंतोस. आन् एवढं बेकार कसं झालं रे?

आबुराव : व्हय, कुठं झाकपाक दिसंना. माणसंबी बेकार दिसत्यात. कापडं फाटलेली, दाढ्या वाढलेल्या.

बाबुराव : पायातल्या जोड्यांनाबी ठिगळं दिसत्यात राव.

हरी : अरे, हल्ली लई दळिंदर झाल्यात हे ब्रिटिश लोक.

आबुराव : च्यायला, ते कसं?

हरी : आरं, आजपतुर दुसऱ्या मुलखात शिरून दांडगावा करीत होते. भामटेगिरी करून आपलं घर भरत व्हते. पर आता काळी लोकं शानी झाली. ढुंगणावर लाथ मारून हाकलून काढलं समद्यास्नी! आता फिरत्यात उपाशीतापाशी सोताच्या घरात.

आबुराव : उकाडलेली कोबी आन् बटाटे खात काय?

बाबुराव : आन् मंग इथं आपल्या भिकाऱ्याला कोन वाढणार रे? चला पुढं. (पुन्हा एका विंगेतून जाऊन दुसऱ्या विंगेतून प्रवेश करतात.)

हरी : (मोटारींचे आवाज ऐकून) हो. हो. हे आलं वॉशिंग्टन — अमेरिका.

आबुराव	: अगं अयाया, लई दमणूक झालीया. आरं बाबाहो, इथं तरी आसंल का त्यो?
हरी	: आरं, नक्की असणार!
आबुराव	: ते कसं?
हरी	: आरं, हिंदुस्थानातले भिकारी अमेरिकेशिवाय कुठं जाणार? इथंच असंल.
आबुराव	: (विंगेमध्ये बघत) त्यो बघा, त्यो बघा. दाढी वाढवून हिंडतोय. हिंदुस्थानीच दिसतोय. हातात झोळीबी हाय. तुमी थांबा. मी हळूच जाऊन गपदिशी धरतो. (आत जाऊन, 'जयसिंगराव, ओ जयसिंगराव' हाका मारतो व हिरमुसला होऊन परत येतो.)
आबुराव	: च्यायला, फसगत झाली बुवा.
बाबुराव	: का रं, हिंदुस्थानीच व्हता न्हवं?
आबुराव	: व्हय पर...
हरी	: दाढी व्हती न्हवं?
आबुराव	: व्हय पर...
बाबुराव	: हातात झोळी भिकेची?
आबुराव	: व्हय, पर जयसिंग नव्हता.
हरी	: मग लेका, अशोक मेहता असंल. चल पुढं. (एक चक्कर)
बाबुराव	: पर ए हऱ्या, थांबा. आल्यासरशी अमेरिका पाहून तरी जाऊ.
आबुराव	: व्हय, व्हय.
हरी	: बाबुराव, आता काय बघण्यासारखं उरलं न्हाय बघा इथं!
आबुराव	: वा वा! असं कसं? काहीच न्हाई मंजी काय?
हरी	: व्हय बाबा. आता काय बघन्यासारखं नाई. दोन गोष्टी बघण्यासारख्या होत्या; पण आपल्या नशिबात नव्हत्या बाबा.
आबुराव	: अस्सं! आरं, पण ते व्हतं तरी काय?
हरी	: एका होता प्रेसिडेंट केनडी साहेब. खरंच, बघण्यासारखा माणूस व्हता. कर्णासारखं दिल हुतं, मदनासारखं रूप हुतं आन् अर्जुनासारखा शूर होता.
बाबुराव	: मग त्याचं काय झालं रे?
हरी	: बाबा बाबुराव, मानसापरीस देव आप्पलपोटा असतो. त्याला जे आवडतं ते तो पटकन उचलतो.
बाबुराव	: अरेरे, मग दुसरं काय म्हंतो ते तरी बघू.
हरी	: काय बघतोस बाबा? झोपेच्या गोळ्या खाऊन तिने सगळ्या

दुनियेला झुरत ठेवलंय!

आबुराव : आ! कोन ती?

हरी : मरलीन मनरो!

आबुराव : ती कशानं मेली? काय बंडल मारतोस हऱ्या! काल मी बघितली तिला लग्नाच्या बेडीत.

हरी : आरं, ती महाराष्ट्राची मरलीन मनरो. चल पुढं. (पुन्हा एका विंगेतून जातात व दुसऱ्या विंगेतून प्रवेश करतात. प्रेतयात्रेला शोभतील असे गंभीर सूर ऐकू येतात व त्या तालावर गंभीरपणे पावले टाकीत तिघेही समोर येतात.)

आबुराव : हो. हो. हे काय दिसतंय?

हरी : मास्को हाय मास्को. रशिया.

बाबुराव : आर, मंग ल्येका आपल्याला आडवत्याल ना?

हरी : पहिले आडवायचे! आता जरा खुल्लं झालंय!

आबुराव : खरं म्हंतोस? मी तर ऐकलं हुतं लई मानसाला गुदमरल्यासारखं व्हतं म्हणे. लई बंधान.

हरी : पहिलं होतं तसं. पर कुरत्त्याव सायब आल्यापासनं जरा मोकळं झालंय. ऊन पडाया लागलंय. भणभण वार सुटलंय. राना-जंगलातून पाखरं गाया लागल्यात, बायका नटाया लागल्यात. जरा मोकळं मोकळं, खुल्लं खुल्लं झालंय.

बाबुराव : मग चला शोधू तरी आपल्या भिकाऱ्याला.

हरी : छा! छा! बाबुराव इथं न्हाई त्यो सापडायचा! इथं भिकाऱ्याला बंदी हे. कायदाच हाय.

बाबुराव : अस्सं! मग चला पुढं.

आबुराव : पर हरीपंत सालं छान ऊन पडलं व्हतं रे!

बाबुराव : व्हय. वारंबी जरा वाहात व्हतं — मोकळं, बरं का!

हरी : व्हय. पर बेट्याहो, हिंदुस्थानात गेल्यावर हे कुठं बोंबलायचं न्हाई.

बाबुराव : ते का? खरं का न्हाई बोलायचं?

हरी : खरं बोलल्यावर राजकारण बिघडतं. आमचं फुडारी जोड्यानं हाणत्याल. चला पुढं. (एक विंगेतून पसार व लगेच दुसऱ्या विंगेतून प्रवेश करतात. भांगडा नृत्याचे दृश्य दिसते.)

हरी : ही दिल्ली.

आबुराव : बघू तरी.

हरी : नको. लई भामट्यांचा सुकाळ झालाय. व्हा पुढं.

बाबुराव : च्यायला — दिल्लीत आन् भामटे?

हरी : व्हय, पाचाचे पन्नास झाल्यात.

आबुराव : आन् मग त्यांचा बंदोबस्त कोनी करत न्हाय?

हरी : एकटा मधू लिमये तरी ओरडून ओरडून काय करणार? चला पुढं — (एक चक्कर. कोळी नृत्याचे दृश्य)

हरी : हे बाँबे — मुंबई.

आबुराव : हितं आमचा जयसिंग असल का?

हरी : करा, चौकशी करा. (आबुराव व बाबुराव आजूबाजूच्या बंगल्यात हाका मारून चौकशी करतात; पण प्रत्येक ठिकाणी वेगवेगळ्या भाषेत उत्तरे मिळतात. तेव्हा हऱ्या त्यांना म्हणतो.) तुमी अडाणी, लेको, मुंबईत मराठी माणूस कुठं शोधावा हे तुमाला कळत न्हाई... चला झोपडपट्टीनं शोध घेऊ...

बाबुराव : बघू तरी! (एका कोपऱ्यातून जयसिंग चकरा मारतो. हे संशयाने त्याच्या मागे चालू लागतात — जय अल्लख निरंजन — असे म्हणत साधू चकरा मारतो.)

हरी : आवाज वळखीचा वाटतोय.

आबुराव : तू गप बस. जरा गंमत करू. (जयसिंग बसलेला. तिथे लोटांगण घेतात. आशीर्वाद देतो. ते हात जोडून उभे राहतात.)

हरी : बुवाजी, आमचं एक काम आहे. ही दक्षिणा घ्या. (एक नोट देतो.)

बाबुराव : काम लई महत्त्वाचं हाय.

जयसिंग : जय अल्लख निरंजन.

आबुराव : आवं, सा महिने आमी वणवण फिरतो.

बाबुराव : पायाचं पार तुकडं पडल्यात. महत्त्वाचं काम असं हे—

आबुराव : एकादी बिडीकाडी असली तर काढा म्हंतू.

हरी : (धपाटा मारून) हो बाजूला. म्हाराज, आमचा एक जीवाभावाचा दोस्त बायकांना कावून देशांतराला गेलाय.

जयसिंग : (उठून) अल्लख निरंजन! (हऱ्या, आबुराव, बाबुराव टाळी देतात.)

हरी : बायकूचं नाव काढलं तसं टराकलेलं दिसतंय. नक्कीच जयसिंगराव.

बाबुराव : म्हाराज, त्याच्या दोन्ही बायकांस्नी लई पश्चात्ताप झालाय.

जयसिंग : (चिडून) जय अल्लख निरंजन.

हरी : सोताच्या हातानी शेती करत्यात. गाई-म्हशी पाळल्यात. कोंबड्या ठेवल्यात.

जयसिंग : (आश्चर्य) अल्लख निरंजन.

हरी : व्हय. दुधातुपानं नुस्ती रांजनं भरून चालल्यात.

बाबुराव : पर घरात बोका न्हाई.

जयसिंग : (प्रश्नार्थक) अल्लख निरंजन?

आबुराव : बरं, आमालाबी तोंड लावता येत न्हाई.

जयसिंग : जय अल्लख निरंजन. (उठून जाऊ लागतो. एका कोपऱ्यात उभा राहतो.)

हरी : (डोळा घालून) मंग चला आबुराव-बाबुराव. म्हाराज काय पत्या सांगत न्हाई. कशाला थांबता?

आबुराव : मी तर म्हंतो बाबुराव कशापायी त्येला शोधायचा? चांगलं घर भरलंय. आपूनच काहीतरी डल्ला मारू की.

जयसिंग : (चिडून) जय अल्लख निरंजन.

हरी : त्येच म्हंतो मी! ती तारी तर माझ्यावर लई खूश है.

बाबुराव : आन् सुंद्री? घरी गेल्यावर सारखी माझ्या अंगाला झटती का न्हाई?

जयसिंग : जय अल्लखनिरंजन.

बाबुराव : च्यायला. ए गोसावड्या, हो बाजूला.

जयसिंग : बेट्याहो, कुठं निघालात? (दाढी-केसाचा टोप काढतो.) माझ्या पश्चात माझ्या बायकांशी असे वागता? दोस्त ना तुम्ही?

हरी : आहो, आमी एक लाईन केली! म्हनलं बघू तुमाला इरेसरी लागती का?

बाबुराव : आवं, जयसिंगराव, बायका सुतासारख्या सरळ झाल्या. काय काम करत्यात गुरावानी! आता तुमाला काय कामच उरलं न्हाई बघा दिवसाचं!

जयसिंग : खरं सांगता?

हरी : खोटं कशापायी? आता आमच्या बरूबर घरी चलायचं.

जयसिंग : हऱ्या, खरं सांगतोस?

हरी : आईशप्पत!

जयसिंग : न्हाईतर मला त्या खाईत ढकलू नका बरं.

हरी : खाई! आंब्याची राई झालीया. कसं गुलगुल गुलगुल बोलाया लागल्यात बुलबुल.

जयसिंग : म्हंजी अद्दलच घडली म्हण की पुरी.

बाबुराव : पुरी आन् कसली? जायचं ते पुरी बासुंदीवरच बसायचं. चला.

(चकरा मारतात. घर जवळ आल्याचा बोलण्यातून उल्लेख.)

हरी : बरं, मंग आमी जाऊ?

जयसिंग : असं कसं? तुमी माझ्यासाठी एवढा तरास घेतला. च्या तरी घेवून जा.

हरी : लईच उपकाराचं वझं होत असल तर सवडीनं एकदा घरी बोलवा. वयनींनी कोंबड्याबी पाळल्यात. (तिघेही हसतात.)

जयसिंग : जरूर जरूर. या आता. पर ल्येकहो, परत कधी भेटणार?

बाबुराव : उद्या आंघुळ पांघुळ केल्यावरच भेटू. रामराम. चला. (एक चक्कर)

आबुराव : अरेरे! महत्त्वाचं काम राहिलं.

हरी : आनी तुझं काय राहिलं?

आबुराव : महत्त्वाचं काम राहिलं!

बाबुराव : आ! ते रे काय?

आबुराव : विडी मागायचं इसरलो.

हरी : चला. (जातात.)

(जयसिंग दारातून घर न्याहाळीत. काही क्षण बोलवतच नाही. मग 'सुंद्रा' अशा हाका मारतो. सुंद्रा (हुंदका) सुंद्रा!)

दोघी : अगं बया मालक! (मोठ्याने गळा काढून) मालक, कुठं गेला व्हता आमाला सोडून? (तो समजावतो. त्यांचे डोळे अंगरख्याने पुसतो.)

दोघी : (मोठ्यानं गळा काढून) राजे, तुमी कुठं गेलता?

जयसिंग : हो हो.

दोघी : (एका सुरात) राघूऽऽ सोन्याचा पिंजराऽऽ सोडून कुठं उडून गेला व्हता?

जयसिंग : हो.गप, गप. (तारा आत धावत जाते. जयसिंग सुंद्रा खाटेवर बसतात.)

सुंद्रा : (पदराने त्याचे तोंड पुसते.) किती वाळलंय गं माझं बछडं! जीवाची अशी खराबी का करून घेतली?

जयसिंग : (हुंदका देऊन) भिक्षा मागून पोट भरत हुतो सुंद्रे!

सुंद्रा : पार अंगावरचं मास झडलंय!

जयसिंग : (तिचा हात हातात घेतो) तुज्या तरी अंगावर कुठं मास राहिलंय? काय ही हाडं दिसाया लागली.

सुंद्रा : गेला ते गेला, टपाल न्हाई धाडायचं? आमी काय समजायचं? एक म्हनता धा आठवाया लागलं. कसं दिस

काढलं आमी— काय सांगू तुमाला! रातचा काय डोळ्याला डोळा व्हता? (पुन्हा मोठ्याने) राघू सोन्याचा पिंजरा सोडून कुठं उडून गेलता? (तो तोंड दाबतो. तिला जवळ घेऊन बसतो.) कान देऊन बसलो व्हतो आमी. पहिल्या हाकेला ओ दिली न्हवं? (तारा पंचारती घेऊन येते व हे दृश्य बघते. थाळी टाकून देते. आत जाऊन रॉकेलची बाटली अंगावर ओतत येते. हातात काड्याची पेटी.)

तारा : तुझ्या हातानं काडी वढून माझ्या अंगाला लाव. न्हाईतर ह्या जोत्यावर डोस्कं फोडून घेते! काय करतोस सांग.

जयसिंग : (घाबरून उठतो.) तारा.

तारा : कोन तारा! काय संबंध तुझा-माझा? एवढी डोळ्यात परान आनून वाट बघत बसले व्हते आन् मुडद्या, आता तुझ्या तोंडातनं तारा येतं व्हय?

जयसिंग : तारा, पाया पडतो. गैरसमज करून घेवू नकोस.

तारा : आल्याआल्या मुखातनं सुंद्रा येतंय... ती लाडकी आन् मी दोडकी व्हय?

जयसिंग : अगं, किती आठवण काढत व्हतो मी तुझी!

तारा : एवढा मला फुलूचा तडाखा येऊन गेला... सगळं अंगावरचं मा स झडलं आन् वाद्या तुला सुंद्राचं झडलेलं मास दिसलं व्हय!

जयसिंग : भोग म्हणायचा ह्यो भोग!

तारा : वड काडी. येळ लावू नको. वडतोस काडी का डोस्कं फोडून घेऊ?

सुंद्रा : (पदर खोचत) आवं, वढा काडी. कुनाचा जीव कुनाला नको झालाय? फोड बघू डोस्कं तरी.

तारा : (तिच्या अंगावर धावून) अगं, तुझा वट्ट झाला! माझा नायनाट करून राज भोगावं म्हणतीस व्हय गं गतकाळे?

सुंद्रा : आगं, कोन गतकाळी? तू गतकाळी. एवढा जीव लाडका व्हता तर हे बाटलीभर तेल कशाला नाशिवलंस? बोल.

तारा : (तिचे केस धरते. सुंद्रा तिच्या हाताला चावते.) मेले, मेले. वाद्या, फुढं होऊन सोडीव तरी.

तारा : क्यास माझे क्यास उपाटले गं उपाटले. (जयसिंग व त्याच्या दोन्ही बायकांची भांडणं विकोपाला गेली असता हऱ्या, आबुराव व बाबुराव ही पात्रे धावून येतात. त्यांना पाहून बायका म्हनतात.)

तारा : कसं येळेवर आला बघा!
सुंद्रा : देवानं धाडल्यागत आला रं बाबानो!
हरी : आवो, तुमची हलगी ऐकूनच आलो.
आबुराव : पाक सारं गाव जागं झालंय! आनि मग ईना काय करतोय?
तारा : बाबांनो, आता चेष्टा नको. ह्यो वाघ आनि पळून चाललाय! ह्येचा काय बंदोबस्त करायचा ते सांगा.
सुंद्रा : आता ह्याला कोंच्या कोंडवाड्यात नेवून घालता ते बघा.
हरी : मला वाटतं ह्या वाघाला राणीच्या बागेतच ठेवावं.
जयसिंग : मी सांगतो असं करा. एवढा तमाशा करण्यापरीस मला खुळ्याच्या चावडीत नेऊन घाला.
हरी : खुळ्याच्या चावडीत का जातोस रे बाबा?
जयसिंग : तर मग आता काय करू? मला वाटलं, आमच्या देशांतरानं ह्या बायकास्नी काहीतरी धडा मिळाला आसल. जरा सुधारल्या असतील; पर घरात पाऊल ठेवल्याबरोबर ह्यांच्या उखळी तोफा सुरू झाल्या!
तारा : व्हय, सुरू झाल्या अन् अजून लई सरबत्ती करनार हाय बाबा!
जयसिंग : तर मग मी हे ऐकायला आता हितं राहत न्हाई. हे जातो, बघा. जय अल्लख निरंजन. (एवढ्यात एक तंग पोशाखातली फ्रॉकवाली पोरगी हातात एक नखरेल छत्री घेऊन प्रवेश करते व सामोरी होत म्हणते...)
पोरगी : हॅल्लो!
जयसिंग : आयला आता टिब्बल चीत झालो !
सुंद्रा : ए बाई! कोण कुठली तू? एकदम हातात हात काय घेतीस?
तारा : आत्ता हिच्या! अगं ए! परक्या पुरषाच्या अंगाला बिलगायला काही वाटत न्हाई तुला? अगं, हो बाजूला!
सुंद्रा : हात सोड आधी हात! हो बाजूला — तुला धुतली राड पाण्यानंऽऽ (पुढे होऊन अंगावर जाते.)
पोरगी : (कावरीबावरी होऊन) माय डियर— हू इज धिस डर्टी! कोण बाई ही?
तारा : अगं, कोण बाई म्हणून काय इचारतीस? चांगली लग्नाची बाईल हाय ती!
पोरगी : शटअप् युवर शॉप? माय डियर, ही आणि कोण बाई? जयसिंग!
सुंद्रा : ह्या वाघाला काय इचारतीस? मी सांगते ऐक... ती ह्याची

थोरली बायको हाय थोरली... चांगली पाच हजार हुंडा देऊन घरात आलीया? कळलं... ?

हरी : जयसिंगराव, काय भानगड हाय ही?

जयसिंग : ती एक स्टोरीच हाय!

हरी : आयला, सांगा राव लवकर.

तारा : चांगला झाडा घ्या ह्याचा!

हरी : तुमी तोंड वाजवायचं जरा बंद करा हो... सांग बाबा जयसिंग! काय!

जयसिंग : आता काय सांगायचं? आवो, मधल्या काळात आम्ही खाल्लेला झुणका हाय ह्यो.

हरी : झुणका!

जयसिंग : व्हय, झक मारून खात्यात त्यो!

तारा : अरं देवा, म्हंजे ह्ये शान खाल्लं असं म्हण की... .

सुंद्रा : आणि संसाराला कावून देशांतराला गेलतास न्हवं माझ्या वाघ्या! अंगाला राख फासून हे धंदे केलंस?

हरी : थांबा, थांबा, वयनी... जरा तोंड आवरा... ह्येचं इन्वेस्टिगेशन करू... बाबा जयसिंग, कसं काय संघाष्टन जुळलं म्हणायचं हे?

जयसिंग : असंच भटकत असता एका झाडाखाली आमी योगाला बसलो होतो. आमच्या ह्या दाढीवर ही बया भाळली आणि म्हणाली, योग शिकीव...

पोरगी : माय डियर जयसिंग, लेट अस मेक ए मुव्ह नाऊ! किती शोधलं मी तुम्हाला? सारखी भटकते आहे. आता एक क्षणही गमवायचा नाही... चला... निघा इथून...

तारा : ए, कुठं घेऊन चाल्लीस गं ह्या वासराला?

सुंद्रा : अंगाला हात लावून बघ! कराप केल्यालं क्यास डोक्यावर राहायचं न्हाई तुझ्या! (त्यांची झोंबाझोंबी सुरू होते.)

हरी : ए बाई, नको नादाला लागू ह्यांच्या.

तारा : सुंद्रे, धर तंगडी तिची.

सुंद्रा : सोडतो काय तर! चांगलं धुणं बडिवल्यागत धोंड्यावर आपटू, चल.

हरी : ए बाई, इथं फ्री-स्टाईल दंगल हाय! तू हो बाजूला. अंगावर धड फराक ठेवायच्या न्हाईत.

तारा : तुझा वट्ट झाला... .

सुंद्रा : तुला धुतली राड पाण्यानं! (पोरगी भीत भीत पाऊल टाकू लागते...)

हरी : कसं कसं संगाष्टन जुळलं म्हणायचं?

जयसिंग : त्याचं काय झालं, आमी बायकांना कावून देशांतराला गेलो. फिरत फिरत मुंबैत गेलो. राणीच्या बागेजवळ सावली बघून ध्यानाला बसलो. तिकडून ही पोरगी चालली होती, राणीच्या बागेतली जनावरे न्याहाळीत. आमच्यावर झाली खूष. म्हनली योग शिकवा.

सुंद्रा : देशांतराला जाऊन हे शेण खाल्लं व्हय?

जयसिंग : हे बघा, तुम्हाला ही घरात नको असली तर माझ्या अटी पाळायला पायजेत. हऱ्या, अटी सांग.

हरी : पहिली अट. भल्या पहाटे उठायचं. एकीनं बंब तापवायचा — एकीनं शिककाई उटणं महाराजांच्या अंगाला चोळायचं आणि गरम, कढत पाण्यानं न्हाऊ घालायचं. हाय कबूल?

दोन्ही बायका : कबूल.

हरी : दुसरी अट. दुपारी बारा नाही वाजले तवर एकीनं ताट वाढायचं आन् एकीनं पंखा धरून बसायचं. हाय कबूल?

बायका : एकदम कबूल!

हरी : तिसरी अट फार महत्त्वाची आहे. महाराजांची जिकडे इच्छा होईल तिकडे मुक्कामाला जात्याल. तक्रार करायची नाही.

बायका : कबूल (जयसिंग बायकांना घेऊन आत जातो.)

पोरगी : डार्लिंग, डार्लिंग!

हरी : (हात धरून) त्यालाच काय सोनं लागलंय का? तुला काय योग शिकायचे ते आमी शिकवतो की.

पोरगी : रिअली? (हात गळ्यात घालते.)

हरी : (घाबरून) अगं, आमी तुझी गंमत केली. मला सात पोरी अन् दोन पोरं आहेत. आपल्याला नाही झेपायचं. (पोरगी रागाने निघून जाते.) सोन्याची सुरी झाली म्हणून काय कुणी छातीत खुपसून घेत नाही! मी जयसिंग न्हाई! समजलं?

(समाप्त)

■

अस्सल मराठमोळ्या खमंग चुरचुरीत कथा

खुळ्याची
चावडी

शंकर पाटील

पाटलांचं सारं साहित्यविश्व शब्दकळेच्या
लावण्यानं रसरशीत, चैतन्यमय आणि
सालंकृत झालेलं आहे. म्हणूनच त्यांच्या
साहित्याला अस्सल मराठी मातीचा सुवास
लाभला आहे आणि रसरंगगंधानं ते चुरचुरीत
खमंग झालं आहे.
त्यांची खास मराठमोळी भाषा, गतिमान
निवेदन आणि चटपटीत संवाद यांच्या
लयकारीत एक खास शैली आहे. त्यामुळं
ते मराठी ग्रामीण कथेचे एक शैलीदार,
कसदार शिल्पकार म्हणून मान्यता पावले
असून त्यांनी मराठी कथाविश्व समर्थ, समृद्ध
आणि श्रीमंत केलं आहे. या साऱ्या
गुणधर्मामुळं त्यांच्या साहित्याला लोकमान्यता
आणि राजमान्यता मिळाली आहे.